பிரதாப் நாமா

(ராஜபுத்திர மாவீரர் ராணா பிரதாப்பின்
வாழ்க்கை வரலாறு)

சக்திவேல் ராஜகுமார்

AF759055

பிரதாப் நாமா
சக்திவேல் ராஜகுமார் ©

சுவாசம் பதிப்பகம்

Pratap Nama
Sakthivel Rajakumar ©

First edition: Dec 2024

ISBN: 978-81-979262-8-0
Title Number: Swasam 209

Published by:
Swasam Publications Private Limited,
52/2, Near B.S Mahal, Ponmar,
Chennai, Tamil Nadu – 600127
Email: swasam.publications@gmail.com

Printed by: Adyar Students Xerox, Chennai - 600 002.

To buy the book: Swasam Bookart – +91–8148066645
Website: https://www.swasambookart.com/

Copyright © Swasam Pathippagam – All rights reserved.

No part of this publication may be reproduced, distributed, or transmitted in any form or by any means, including photocopying, recording, or any other electronic or mechanical methods, without prior written permission of the publisher, except in the case of brief quotations embodied in reviews and certain other non–commercial uses permitted by copyright law.

Swasam Pathippagam is an imprint of Swasam Publications Private Limited.

உள்ளே...

என்னுரை

இந்தியச் சுதந்திரப் போராட்டத்தை முற்றிலும் மாறுபட்ட கோணத்தில், காலத்தில் தொடங்கி எழுதிய சாவர்க்கர் அதை சத்ரபதி சிவாஜியிலிருந்து தொடங்குகிறார்.

சத்ரபதி சிவாஜி இஸ்லாமியச் சுல்தான்களுக்கும் மொகலாயர்களுக்கும் எதிராக நடத்திய கெரில்லா போர்முறையின் முன்னோடி ராணா பிரதாப்தான் என்கிறார்கள் சரித்திர ஆசிரியர்கள்.

மொகலாயர் தவிர பெரும்பாலான பிற ஆக்கிரமிப்பாளர்கள் இந்தியாவைத் தாக்கிச் செல்வங்களைக் கவர்ந்து திரும்பிவிட்டார்கள். இந்தியாவில் நுழைந்த பாபரை எதிர்த்து ராணா சங்கா பெரும் போர் புரிந்திருந்தாலும் அப்போது மொகலாய ராஜ்யம் உருவாகி இருக்கவில்லை. எனவே ராணா சங்காவை விடுதலைப் போர் வரிசையில் சேர்க்க முடியாது. ஆனால் அரசு உருவாகி இந்தியாவை ஆக்கிரமித்து ஆண்டுகொண்டிருந்தபோது, எதிர்த்துப் பெரும்போர் புரிந்த ராணா பிரதாப்பை இந்தியச் சுதந்திரப் போரின் முன்னோடி எனலாம்.

நுணுக்கமாகச் சரித்திரத்தை அலசுபவர்கள், முழு இந்தியாவையும் ஒருநாளும் மொகலாயர்களோ ஆங்கிலேயர்களோ ஆண்டதில்லை என்பார்கள். டெல்லியிலிருந்து 100 மைலுக்குள் உத்திரப் பிரதேசத்தில் உள்ள கர்வால் தேசம் ஒருநாளும் மொகலாயர்களை அரசர்களாக

ஏற்றுக்கொண்டதில்லை. ராஜ்யத்துக்குள் அத்துமீறி நுழைந்த ஷாஜகானின் 30,000 வீரர்கள் அடங்கிய முழுப் படைகளையும் அழித்த கர்வால் படைகள், சரணடைந்த எஞ்சியவர்களை மூக்கறுத்த அடையாளத்துடன் திருப்பி அனுப்பியது. அந்த நாட்டைக் கடைசிவரை மொகலாயர்களால் வெல்ல முடியவில்லை. பஞ்சாப் சீக்கியர் பகுதிகளிலும் அதே கதிதான்.

எனினும் ஆக்கிரமிப்பாளர்களான மொகலாயர்களை எதிர்த்து 'அரசுக்கு அரசு' என்ற வகையில் ராணா பிரதாப் நடத்திய முழு நிலைப் போரே சுதந்திரப் போரின் தொடக்கம் எனலாம்.

பரந்து விரிந்த மேவார் ராஜ்யம் குஜராத் துறைமுகங்களையும், தெற்கே வியாபார ஸ்தலங்களையும் அணுகும் நுழைவாயிலாக இருந்தது. இந்தக் காரணங்களுக்காகப் போர் அல்லது சமாதான உடன்படிக்கை செய்து மேவாருடன் சுமுக உறவை ஏற்படுத்திக்கொள்ள மொகலாய மன்னர்கள் முயன்றுகொண்டே இருந்தார்கள். ஜஹாங்கீர் காலம்வரை அது நடக்கவே இல்லை.

பாபருடன் போரிட்ட ராணா சங்காவைத் தொடர்ந்து உதய் சிங், அவர் மகன் பிரதாப் இருவருமே மொகலாயர்களுக்குச் சிம்ம சொப்பனமாகவே இருந்தனர். சித்தூரை மொகலாயப் பெரும்படைகள் கைப்பற்றினாலும், மேவாரின் மற்ற பகுதிகள் அனைத்தும் பிரதாப்பின் கட்டுப்பாட்டிலேதான் இருந்தன. அங்குள்ள மக்களும் பிரதாப்பிடமே வரிகளைச் செலுத்தினர். மேவார் ராஜ்யத்தின் மூலையில் இருக்கும் சின்ன கிராமத்து விவசாயிகூட ராணாவின் கட்டளைகளைச் சிரமேற்று நிறைவேற்றினான்.

மேவாரில் நுழையும் மொகலாயப் படைகளுக்கு உணவு கிடைக்கக்கூடாது என்பதற்காக மேவார் விவசாயிகள் பயிரிடுவதை ராணா நிறுத்தச் சொல்ல, உலக அதிசயமாக நாடெங்கும் விவசாயம் நிறுத்தப்பட்டு நிலங்கள் தரிசாகின. கிணறுகள்கூட தூர்க்கப்பட்டன.

எதிர்க்க முடியாத பேரரசர் என்று கருதப்பட்ட, ராட்சச பலத்துடன் இருந்த அக்பரைப் பிற ராஜபுத்திரர்கள் ஆதரவில்லாமல் தன்னந்தனியாக ராணா பிரதாப் எதிர்க்க, மக்கள் அவரை ஆராதிக்கத் தொடங்கினர்.

ஒவ்வொரு குடிசையிலும் ராணாவின் போர்க்களக் காட்சிகளைச் சொல்லும் படங்கள் இடம்பெற்றன. யுத்தங்களில்

ராணா புரிந்த போர் மகாபாரதத்தில் அர்ஜுனனும், ராமாயணத்தில் ராமனும் செய்த யுத்தத்துக்கு இணையாக ராஜபுதனத் தெருப் பாடகர்களால் பாடப்பட்டது. யுத்தக் காட்சிகளை விவரிக்கும் படங்கள் எங்கும் காணக் கிடைத்தன.

ஹால்டிகாட் யுத்தம், முடிவு சொல்லமுடியாதபடி இரண்டு பக்கமும் பெரும் சேதத்துடன் முடிந்தாலும், அதனால் ராணா பிரதாப்பின் புகழ் ஒரு துளியும் குறையவில்லை. அவரது இறுதிநாள் வரை அத்தனை தளபதிகளும் மந்திரிமார்களும் மேவார் மக்களும் அவரது உத்தரவுகளைச் சிரமேற்று நடந்தனர்.

கிட்டத்தட்ட கால் நூற்றாண்டு காலம் மொகலாயர் மற்றும் பிற ராஜபுத்திரர் இணைந்த பெரும் சக்தியைத் தனியொரு மனிதராக எதிர்த்துப் போராடியதோடு, தேவைப்படும்போதெல்லாம் தலைநகரங்களைக்கூட மின்னல் வேகத்தில் மாற்றி அரசாட்சியைத் தொய்வில்லாமல் தொடர்ந்தார் ராணா பிரதாப்.

ராஜபுதனத்தில் மற்ற எந்த அரசரைவிடவும் அதிகம் மதிக்கப்படுபவராகவும், கதை, கவிதை, ஓவியம், நாட்டுப்புறப் பாடல்களால் அதிகம் ஆராதிக்கப்படுபவராகவும் இருக்கிறார் ராணா பிரதாப்.

மேவார் முழுவதும் நல்ல காரியங்கள், விழாக்கள் ஆரம்பிக்கும்போது ராணா இருக்கும் திசை நோக்கி, கிட்டத்தட்ட சூரியன் அஸ்தமிக்காத பிரிட்டன் பேரரசின் ராணிக்குச் செலுத்துவார்களே மரியாதை, அதுபோல ராணா பிரதாப் இருக்கும் திசை நோக்கி வணங்கி ஆரம்பிக்கும் பழக்கம் இன்றும் சில இடங்களில் உள்ளது.

அவரது வாழ்க்கை வரலாற்றுப் பக்கங்களைத் திறக்கும் முன், ராஜஸ்தானின் சரித்திரத்தை, ஓலைச் சுவடிகளில் இருந்த சம்ஸ்கிருத மூலங்களை ஆயிரக்கணக்கான பண்டிதர்களைக் கொண்டு மொழிபெயர்த்து வழங்கிய கர்னல் ஜேம்ஸ் டாட், இந்திய அகழ்வாராய்ச்சித் துறைக்கு அரும்பணி ஆற்றிய ராஜபுத்திரரின் சரித்திரம் எழுதிய சரித்திரப் பேராசிரியர் ரீமா கூஜா, பேராசிரியர் ஸ்ரீ ராம் ஷர்மா, இன்னும் இணையத்தளங்களில் அபூர்வத் தகவல்கள் கொடுத்த பலருக்கும், பல புத்தகங்களை அனுப்பிய சிநேகிதி மைதிலி ஸ்வாமிக்கும் நன்றிகள்.

உள்ளே நுழையும் முன்

பாபர் நாமா, அக்பர் நாமா போன்றவை எழுதப்பட்டிருக்க, அவர்களைவிட பன்மடங்கு உயர்வான, இந்தியாவின் ஒப்பற்ற மாவீரர்களுள் ஒருவரான பிரதாப் ராணாவின் நாமா முக்கியத்துவம் கொடுத்து எழுதப்படவில்லை. மாணவர்களுக்கு ராணாவின் வரலாறு சொல்லப்படவில்லை. எனவே, ராணாவின் வரலாறு இளம் சமுதாயத்துக்குப் போய்ச் சேரவேண்டுமென்ற ஆவலில் எழுதப்பட்ட நூல் இது.

ராணா பிரதாப் எதிர்கொண்ட சரித்திரப் பாத்திரங்களான அக்பர், மான் சிங், அபுல்பாசல் ஆகியோரைத் தொடர்ந்து, அவரது கோட்டைகள், குலம், முந்தைய சரித்திரம் போன்றவை இந்நூலில் கூறப்பட்டுள்ளன. பிறகே அவரது முழு வாழ்க்கையும் தொடர்கிறது.

1

அக்பர்

சரித்திரம், குறிப்பாக மொகலாயச் சரித்திரம் அக்பருக்குத் தனி இடம் கொடுத்திருக்கிறது. இந்தியச் சரித்திர ஆவணங்கள் அக்பரை 'அக்பர் தி கிரேட்' என்கின்றன. உண்மையில் நடந்த சம்பவங்களைக் காரண காரியங்களோடு சரியாகத் தொகுத்துப் பார்த்தால் 'அக்பர் தி கிரேட்' என்பது பெரிய நகைச்சுவையாகப் படுகிறது. இட்டுக் கட்டிய கதை என்பது தெரிகிறது.

அக்பரின் உருவம், குணம், பெருந்தன்மை, அரசியல் நகர்வுகள் அத்தனையும் அவர் உலகின் மிகக் கொடிய மோசமான அரசராக இருந்திருக்கிறார் என்று சொல்கின்றன.

அபுல் பாசல் போன்ற எழுத்தாளர்களைக் கொண்டும், தானே உருவாக்கிய கல்வெட்டுகள், ஆவணங்கள் மூலமும் அக்பர் தனது அடாத செயல்களையெல்லாம் மறைத்து, தன்னை இந்திரன் சந்திரன் என்று ஆவணப்படுத்திச் சரித்திரத்தையே தவறான பொய்களால் மாசுபடுத்த முயன்றிருக்கிறார்.

அக்பரது வரலாற்றை எழுதிய ஐரோப்பியச் சரித்திர ஆசிரியர் வின்சென்ட் ஸ்மித் மொகலாயர்களால் ஆவணப்படுத்தப்படாத பல உண்மைகளை ஆதாரங்களுடன் எழுதியிருக்கிறார்.

இந்திய ரத்தம் துளியும் கலக்காத வெளிநாட்டு ரத்தம் அக்பருடையது. தார்தாரியக் காட்டுமிராண்டித்தனம் கொண்ட செங்கிஸ்கான்

வழிவந்த வம்சம் அக்பருடையது. ஓபியம், மது இரண்டும் கலந்த போதைக்கு அடிமையாக இருந்தவர் அக்பர். எதிரிகளின் கண்ணைப் பறித்தல் போன்ற குரூரக் குணங்கள் மட்டுமல்ல, உடனிருப்பவர்களையே விஷமிட்டுக் கொல்லும் வழக்கமுடையவர் அக்பர். போரில் சமாதானம் பேச அழைத்துச் சிறையிடும் துரோக குணமும் கொண்டவர்.

அக்பர் ஒரு பெண் பித்தர். அக்பரின் போர் நிறுத்தச் சமாதான உடன்படிக்கைகளில் பெண்கள் ஒப்படைப்பு எப்போதுமே முக்கிய ஷரத்தாக இருக்கும். அக்பர் *5,000* பெண்கள் அடங்கிய பெண் பண்ணையையே வைத்திருந்தார். அக்பர் படிப்பறிவில்லாத எழுதப் படிக்கத் தெரியாத தற்குறி. 'பெரிய கல்விமான்கள் பேசும்போது எதுவுமே புரியாமல் கவனமாகக் கேட்பதுபோல நடிப்பார்' என்று அவரது மகன் ஜஹாங்கீரே ஆவணப்படுத்தியுள்ளார்.

5,000 பெண்களடங்கிய அவரது ஹரீம் (HAREM) பெண்கள் வசிக்கும் பகுதி மட்டுமல்ல, அவரது ஒழுக்கமின்மைக்கும்

எடுத்துக்காட்டு. அதுவும் போதாதென்று டெல்லியில் உள்ள பெண்களெல்லாம் கண்டிப்பாகக் கலந்துகொள்ள வேண்டுமென்று ஓர் இரவுக் கண்காட்சி - மீனா பஜார் அதன் பெயர் - நடத்திக்கொண்டிருந்தார். அங்கு விஜயம் செய்யும் அக்பர் அவருக்குப் பிடித்த பெண்களை ரகசிய இடத்துக்கு வரவழைத்து நாசம் செய்துகொண்டிருந்தார்.

இறந்த, கொல்லப்பட்ட தளபதிகள் மற்றும் பிரமுகர்களின் மனைவியரையும் அக்பர் தப்பவிடவில்லை. அக்பருக்குத் தந்தை போன்ற பைராம்கானின் மனைவியையும் அக்பர் விட்டுவைக்கவில்லை. மத விஷயங்களில் பல படுபாதகங்களைச் செய்தவர். போர்த்துக்கீசிய, கிறிஸ்தவ, இந்துச் சாமியார்களைக் கொடுமைப்படுத்தி இருக்கிறார்.

உதய் சிங் காலத்தில் சித்தூர் வீழ்ந்ததும் கிட்டத்தட்ட முப்பதாயிரம் அப்பாவிகளைக் கொல்ல உத்தரவிட்டவர். சித்தூரின் அத்தனை பெண்களையும் அபகரிக்கத் துடித்துச் சென்றார். ஆனால் மேவார் தேசத்து வீரப் பெண்மணிகள் 20,000 பெரும் ஒரே நேரத்தில் தீயில் இறங்கி, அவரது ஆசையை நிறைவேற முடியாமல் செய்தனர். கோபத்தில் நினைவுச் சின்னங்களை உடைத்தவர், ஏகலிங்கனின் ஆலயத்தை அழித்து, ஏகலிங்கன் சிலையை உடைத்து மசூதியில் பொருத்தினார்.

சித்தூரைக் கைப்பற்றியதைத் தவிர, அவரது அடுத்த கட்ட முயற்சிகள் அனைத்தையும் மேவார் ராஜபுத்திரர்கள் ராணா பிரதாப்பின் தலைமையில் முறியடித்தனர்.

மன்சப்தார் முறை கொண்டுவந்து சிற்றரசர்களை அடிமையாக்கியவர். வாழ்க்கை முழுவதும் மித்ரபேதம் செய்தே வெற்றி பெற்றுக்கொண்டிருந்தார். ராணா பிரதாப்புக்கு எதிராக மனித வேட்டையே நடத்தினார். ராஜரீதியாக பிரதாப்புக்கெதிராகக் காய்களை நகர்த்திக்கொண்டே இருந்தார். ஆனால், அக்பரின் நரித்தனங்கள் எதுவுமே பிரதாப் என்ற சிங்கத்தின் முன் நிற்க முடியவில்லை.

அக்பரின் தூதர்கள், அக்பரின் படைகள், அக்பரின் தளபதிகள், அக்பரின் நரித்தனமான தந்திர அதர்ம யுத்தங்கள் என அத்தனையையும் முறியடித்தார் ராஜபுதனச் சிங்கம் ராணா பிரதாப்.

2

மான் சிங்

அம்பர் தேசத்து ராஜா. 1550 டிசம்பர் 21 ல் பிறந்தவர். இவரது அக்காவை அக்பர் மணந்ததால் அக்பருக்கு உறவினரானவர். அக்பரை 'காக்கா' என்று அழைத்தவர். அக்பரும் இவரை 'ராஜா' என்றே அழைப்பார். 5000 பேர் கொண்ட படைக்கு மன்சப்தார். பிற்காலத்தில் அது உயர்ந்த அளவான 7000 ஆகியது.

அக்பருக்கு, அதாவது மொகலாய அரசுக்கு எதிராக எங்கெல்லாம் கலகம் எழுகிறதோ அங்கெல்லாம் இவரது குதிரை பயணிக்கும். திமிறிய பிஹார், வங்காள கவர்னர்களை அடக்கி, காபூலைப் புரட்சியிலிருந்து விடுவித்துச் சில காலம் காபூலில் கவர்னராக இருந்தார்.

மொகலாயரிடம் சேவை செய்தாலும் உடலில் ஓடிய ராஜபுத்திர ரத்தம் இவரது அடிப்படை ராஜபுத்திரக் குணங்களை மறையச்செய்யவில்லை.படையெடுக்கும் நாடுகளில் பெண்களைத் துன்புறுத்துவதை இவர் அனுமதித்ததே இல்லை. மேவார் மீதான இரண்டாவது படையெடுப்பின்போது இவரது நேர்மையான அணுகுமுறை வெற்றியைத் தடுக்கிறது என்று எண்ணிய இஸ்லாமியப் படைத்தலைவன் இவரைப் பாதியிலேயே திருப்பி அனுப்பினான்.

அக்பரது உறவினராக, அனைத்து மொகலாயத் தளபதிகளும் பிரமுகர்களும் மதிக்கும் விதமாக மான் சிங் இருந்தார். அக்பரது அவையில்

மான் சிங் நுழைந்தால் அவையினர் தானாகவே எழுந்து நின்றனர். ராஜபுத்திரர்களின் குணம், போர்முறை, பூகோளம் அறிந்திருந்ததால் இவரைமீறி ராஜபுத்திரர்களால் அக்பரை வெல்ல முடியவில்லை.

மான் சிங்

அக்பர், மொகலாயத் தளபதிகள் ஆகியோர் எவ்வளவோ வேண்டியும் ராணா பிரதாப்பை அதர்ம வழியில் வீழ்த்த இவர் உடன்படவே இல்லை. அக்பர் ஒரு கட்டத்தில் இரண்டு காரணங்களுக்காகச் சந்தேகப்பட்டு இவர் மேல் நம்பிக்கை இழந்துவிட்டார்.

1. இவர் முழு மனத்துடன் ராணா பிரதாப்பை எதிர்க்கவில்லை.

2. பட்டம் கட்டவேண்டும் என்று நினைத்திருந்த அக்பரின் மகன் சலீம் என்ற ஜஹாங்கீரை விடுத்து, அக்பரின் பேரனான குஸ்ருவுக்கு மான் சிங் ஆதரவளித்தார்.

அம்பர் ராஜ்ய ஆவணக் குறிப்புகளில் பின்வரும் ரகசியத் தகவல் ஒன்று உள்ளது. மேலே சொன்ன இரண்டு தகவல்கள் போக, மான் சிங்கின் செல்வாக்கு ஒருவேளை தன்னைவிட அதிகமாகிவிடுமோ என்று அக்பர் பயந்ததாலும் அக்பரால் மான் சிங்கை நேரடியாக எதுவும் செய்ய முடியவில்லை. மான் சிங் மேல் கையை வைத்தால் அரசாங்கமே ஆடுமோ என்ற பயம் அக்பருக்கு இருந்தது. ஆகவே மான் சிங்கை அகற்ற அக்பர் மொகலாயருக்கே உரித்தான சிறப்புக் குணத்துக்கு ஒப்பி எடுத்த முடிவு - விஷம்.

விஷம் வைத்த மார்ஜூவானா பீடாவைத் தயாரித்து மான் சிங்கிற்கு அளித்தார் அக்பர். பதற்றத்தில் விஷம் அடங்கிய பீடாவைத் தான் உண்டு விஷமில்லாததை மான் சிங்கிற்குக் கொடுத்துவிட்டார். அக்பர் திடீரென இறந்ததற்கு இதுதான் காரணமென்று அந்த ஆவணம் சொல்கிறது.

அக்பரது நவ ரத்தினங்களில் ஒன்றெனச் சொல்லப்படும் மான் சிங், அக்பர் இறந்தபின் கவனிப்பாரற்றுச் சரித்திரத்தின் சுவடுகளிலேயே இல்லாமல் போனார்.

அபுல் பாசல்

1579 முதல் 1602 வரை அக்பரின் அவையில் உறுப்பினராக இருந்த சரித்திர எழுத்தாளர் இவர். மூன்று பாகங்கள் கொண்ட அக்பர் நாமா - அயினி அக்பரி என்ற அக்பரது வாழ்க்கை வரலாற்றை எழுதியவர்.

இந்தியச் சரித்திர ஆராய்ச்சியாளரான பி.என்.ஓக் இவரை வெட்கங்கெட்ட பொய்ப் புகழ்ச்சியாளர் என்று வர்ணித்துள்ளார். காரணம், அக்பர் பெற்ற தோல்விகளையும் வெற்றி என்பதாகவும், சாதாரணத் தோற்றம் கொண்ட அக்பரை உலகிலேயே சுந்தர புருஷன் என்பதாகவும் இவர் எழுதியுள்ளதால் அவர் இவ்வாறு கூறுகிறார்.

இவரது முழுப் பெயர் அபுல் பாசல் ஐபின் முபாரக். அக்பரது நவ ரத்தினங்களில் ஒருவர் எனப்படுகிறார். அக்பரது ஆணைக்கிணங்க, சரித்திரமே மாறும்படி புனைவுகளைச் சரித்திரம் என்று எழுதியுள்ளார். அரசியல் தவிர்த்து பைபிளை பெர்ஷிய மொழியில் மொழிமாற்றம் செய்தவர்.

அக்பர் 'பதேபூர் சிக்ரி' என்ற புதிய தலைநகரை உருவாக்கியதாக அபுல் பாசல் உட்பட பல மொகலாயச் சரித்திர ஆவண எழுத்தாளர்கள் எழுத, அதே பதேபூர் சிக்ரியில் அக்பரின் தந்தையான ஹுமாயூன் விஜயம் செய்வதாகச் சொல்லும் ஓவியம் ஒன்றைச் சுட்டிக்காட்டி, 'புனை சுருட்டுகளின் மறுவடிவம் மொகலாயச் சரித்திரம்.

அதன் முதன்மைத் தலைவர் அபுல்பாசல்' என்கிறார் பி.என். ஓக்.

சரித்திர ஆசிரியராக இருந்தாலும் அக்பரின் இழுப்புக்கேற்ப அரசியல் வேலைகளையும் செய்துகொண்டிருந்த இவர், அக்பரின் போட்டியாளர் ஒருவரால் - அக்பரின் மகன்தான் அது - கொலை செய்யப்பட்டார். ராணா பிரதாப் இத்தகைய சாத்வீக எதிரிகளையும் சமாளிக்க வேண்டி இருந்தது.

4

ராஜபுத்திர கோட்டைகள்

சித்தூர்க் கோட்டை அரண்மனையும் நகரமும் சேர்த்துக் கட்டப்பட்டது. ஏராளமான நீர்நிலைகள் மற்றும் ஆலயங்களைக் கொண்டது. பொது மண்டபங்கள், மைதானங்கள், இசைநிகழ்ச்சி நடத்தும் கட்டுமானங்கள் ஆகியவை கொண்டது.

கணேஷ் வாயில், ஹனுமான் வாயில், பந்தன் வாயில், ஜோட்லா வாயில், பைரோன் வாயில், லக்ஷ்மன் வாயில் போக முக்கிய வாயிலாக ராம் வாயில் என்று ஏழு நுழை வாயில்கள் கொண்டது சித்தூர் கோட்டை.

கிளைச் சமவெளியிலிருந்து உயர்ந்த பாதை முடிவில் 600 அடி உயரத்தில் எழுந்து நின்றது அந்தக் கோட்டை. அந்தப் பாதை தேர்கள் உருண்டோடும் வகையில் அமைக்கப்பட்டிருந்தது.

விஜய ஸ்தம்பம், ஜைன கோபுரம் என்ற இரண்டு உயர்ந்த கோபுரங்கள் இருந்தன. கோட்டையை அணுகுபவர்களை வெகு தூரத்தில் இருந்தே அவற்றின் மேலிருந்து கண்காணிக்க முடியும்.

மேவாரில் பெரும் செலவில் புதிய, புதுப்பிக்கப்பட்ட கட்டுமானங்களை உருவாக்கிய ராணா கும்பாவால், அவரது கட்டடப் பொறியாளர் சுத்தரந்தர் மந்தனால் அந்த நகரம் மற்றும் அதன் கட்டுமானங்கள் மேம்படுத்தப்பட்டன.

எத்தனை படையெடுப்புகள் நடந்தபோதும் மேவாரின் பொக்கிஷமும் ஆயுதச் சாலையும்

எதிரிகள் கையில் கிடைக்கா வண்ணம் சிறந்த பாதுகாப்புடன் அமைக்கப்பட்டிருந்தன. கடைசிவரை அவற்றை யாராலும் கைப்பற்ற முடியவில்லை.

மக்கள் சகஜமாக வாழும் படைத்தளம் சித்தூர்க் கோட்டை. அக்பரது கடலனைய படைகள் 120 நாட்களாக முற்றுகை இட்டும் சித்தூர் வீழவில்லை. இறுதியாக மண் மேடை அமைத்து, அவற்றின் மேல் பீரங்கிகளைப் பொருத்திப் பெரும் அளவிலான வெடிமருந்துகளை உபயோகித்துக் கோட்டைக் கதவுகள் தகர்க்கப்பட்ட பின்னரே மொகலாயப் படைகளால் உள்ளே நுழைய முடிந்தது.

சித்தூர்க் கோட்டை

சித்தூரை ஆண்ட ஒவ்வொரு ராணாவும் சித்தூரை உயிராக மதித்தார்கள். ராணா பிரதாப் அக்பரிடமிருந்து மொத்த மேவாரையும் திரும்பக் கைப்பற்றினாலும் சித்தூரை மட்டும் அவரால் கைப்பற்ற முடியவில்லை. கிட்டத்தட்ட அவரது கடைசி 12 ஆண்டுகளும் சித்தூர் நினைவுகளுடனே வாழ்ந்தார் அந்த மாவீரன்.

கும்பல்கர்க், கோகுண்டா என்ற இரண்டு கோட்டைகளுக்கு நடுவே சுமார் 1980 அடி உயரத்தில் ஆரவல்லி மலைத்தொடர் இருந்தது. மலைமேல் சம பரப்பே 3300 அடி நீளம் இருந்தது. கும்பல்கர்க் கோட்டை 1206 அடி உயரத்திலும், கோகுண்டா 1090 அடி உயரத்திலும் இருந்தன. இரண்டுமே ராணா கும்பாவால் புனரமைக்கப்பட்டன.

ஆரவல்லி உச்சியில் இருந்த கும்பல்கர்க்கின் கிழக்கு, மேற்கு, தெற்குத் திசைகளில் மலையும், அதனைச் சார்ந்த பள்ளத்தாக்கும், வடக்கே மார்வார் பாலைவனமும் இருந்தன. இது ராணா கும்பாவின் இரண்டாவது தலைநகராக விளங்கியது.

இந்தக் கோட்டையைச் சூழ்ந்த பாறைகள், குன்றுகள், அடர்ந்த காடுகள் ஆகியன கோட்டைக்கு இயற்கையான அரணாக விளங்கின. கோட்டையை அணுக அமைக்கப்பட்ட வளைந்த பாதை கோட்டையின் ஏழு வாயில்களை எதிரிகள் சுலபமாக அணுக முடியாதபடி அமைந்துள்ளது.

இந்தக் கோட்டைக்குள்ளும் கோவில்கள், விலங்குகளுக்கான கொட்டகைகள், ஆயுதச் சாலைகள், பீரங்கி நிறுத்தும் இடங்கள் ஆகியவை இருந்தன. மனிதர்களுக்கும் விலங்குகளுக்கும் தேவையான உணவுகள் சேமிக்கப்பட்ட சேமிப்புக் கிடங்குகளும் இருந்தன. அத்தனை உயரத்திலும் விவசாயம் செய்ய மற்றும் குடிநீருக்குமான நீர்நிலைகள் இருந்தன.

கோகுண்டாவும் இதே வசதிகள் கொண்டதுதான். ஆரம்பத்தில் சாதாரணக் கோட்டையாக இருந்த கோகுண்டா ராணா பிரதாப்பின் உத்தரவுப்படி மேவாரின் இரண்டாவது தலைநகராக மாறியது. மொகலாயர்களைப் பலமுறை இந்தக் கோட்டையில் நுழைந்து ஏமாற்றி வெளியேறி இருக்கிறார் பிரதாப். இங்குதான் உதய் சிங் மறைந்தார்.

5

ராஜபுத்திர இனம்

'இந்திரப் பிரஸ்தம், சோமநாதபுரம், ஜெய்ப்பூர் போன்ற நிர்மாணங்களைச் செய்த இந்தியர்களால் அவர்களது சொந்த சரித்திரத்தை எழுத முடியவில்லையா? சரித்திரம் எழுத யாரும் இருக்கவில்லையா?' - இந்தக் கேள்வியைக் கேட்ட மேற்கத்தியச் சரித்திர ஆர்வலர் ஒருவரிடம் இந்தியச் சரித்திர ஆர்வலர் சொன்ன பதில்:

> 'எங்கள் இளவரசர்களும் அரசர்களும் வாழ்வின் பெரும்பகுதியை ஆக்கிரமிப்பாளர்களிடமிருந்து தங்கள் உயிரைக் காக்கவே செலவிட்டனர். அடுத்த வேளை உணவே சாஸ்வதமில்லாதபோது எங்கிருந்து சரித்திரமெழுதுவது?'

இந்தியச் சரித்திரத்தை எழுத அமர்ந்த கர்னல் ஜேம்ஸ் டாட் (இங்கிலாந்து மன்னர் நான்காம் ஜார்ஜின் இந்தியப் பிரதிநிதி) சொல்கிறார்:

> 'இந்தியாவில் தாக்கப்படாத, கொள்ளையடிக்கப் படாத நகரமே கிடையாது. டெல்லியிலிருந்து மதுரை வரை அத்தனை நகரங்களும் ஏதாவது ஒரு காலத்தில் தாக்கிக் கொள்ளையடிக்கப்பட்டதே.'

இந்தியச் சரித்திரத்தை, குறிப்பாக ராஜஸ்தானின் வரலாற்றைத் தெரிந்துகொண்டு அதைத் தொகுத்து எழுத ஆரம்பித்த இவருக்குச் சரியான தகவல்கள் கிடைக்கவில்லை.

உதய்ப்பூர் ராணாவின் நூலகச் சேமிப்புகள், இந்தியப் புராணங்கள், சுவடிகள் மற்றும் பிற காகிதக் குறிப்புகள் ஆகியவற்றைச் சேகரித்து ஷெட்டி ஞான சந்திரர் என்ற சம்ஸ்கிருதப் பண்டிதரின் தலைமையில் ஒரு பெரும் குழுவை அமைத்து, அத்தனையையும் மொழிபெயர்த்துத் தொகுத்துத் தரச் சொன்னார். அந்தத் தொகுப்பு ராஜபுத்திர இனத்தின் ஆரம்பம் வரை செல்கிறது. அதன் சுருக்கம்:

உலகின் மற்ற பகுதிகளில் சொல்லப்பட்டிருப்பது போல இந்திய ராஜபுத்திர இனமும் கடல் பிரளயத்துடன்தான் தொடங்குகிறது. அக்கினிப் புராணத்தின்படி சூரிய புத்திரனான மனு பிரளயத்தின்போது தன் மனைவி மக்களுடன் ஒரு மீனின் வாயில் புகுந்து தப்பிக்கிறான். பிரளயம் முடிந்து வெளியே வந்து வம்சம் வளர்க்கிறான். இந்த வம்சத்தின் கடவுளான ஆதி சிவன் இவர்களுக்கு வாழும் முறை, விவசாயம் கற்பிக்கிறார்.

இந்த வம்சத்தில் வந்த இக்ஷ்வாகு குல அரசனான கோசல ராஜா, அயோத்தியை நிர்மாணித்து ஆள, மனுவில் ஆரம்பித்துச் சூரிய வம்சத்தின் 57வது அரசன்தான் ராமன். ராமனுக்குப் பின் யதுகுல கிருஷ்ணன். அதன்பின் யயாதி, யுதிஷ்டிரர், அரிச்சந்திரன். ராமனின் கிளையாக இரண்டு புதல்வர்கள் லவன், குஷன்.

லவன் லாகூர் என்ற லகோட்டியிலிருந்து ஆண்டவன். அவனைத் தொடர்ந்த குலம்தான் மேவார் ராஜபுத்திரர்கள். இரண்டாம் நூற்றாண்டில் அந்த இனத்தின் கெனிகேசன் என்ற இளவரசன் லாகூரிலிருந்து துவாரகைக்கு இடம்பெயர்ந்தார். அங்கிருந்து நகர்ந்து சென்று மவுரிக்களிடமிருந்து பெற்ற சித்தூர் நகரில் நிலைபெற்றார்கள்.

ராமனின் இன்னொரு மகனான குஷனின் வம்சம்தான் நள மகாராஜன். அதன்பின் சுமந்திரன், யுதிஷ்டிரன் என்று 2200 ஆண்டுகள் கடந்து விக்கிரமாதித்தன் வரை தொடர்ந்தது.

விக்கிரமாதித்தன் பரிடாக்களிடமிருந்து டெல்லியைக் கைப்பற்றி, பின்னர் உஜ்ஜயினியைத் தலைநகராக்கிக் கொண்டார். இதன்பின் மகாபாரதம் நடந்து 4,100 வருடங்கள் கழித்து பிருத்திவிராஜன் மறுபடியும் டெல்லியைக் கைப்பற்றி ராஜபுத்திர சௌகான் அரசை நடத்தினார். வம்சங்கள் ஒவ்வொன்றும் புதிது புதிதாக நகரங்களை உருவாக்கின.

லட்சுமணனின் பெயரால் உருவானது லக்னோ. இக்ஷ்வாகு குல இளவரசர் உருவாக்கியது மிதிலா, துவாரகா, மதுரா.

ஹஸ்தி என்பவர் உருவாக்கியது ஹஸ்தினாபுரம். மூர் வம்சம் கன்னோசியை உருவாக்கியது.

மூர் வம்சத்தின் பெரிய அரசன் சந்திர குப்தன். இந்த வம்சம் 130 ஆண்டுகள் ஆண்டது. நடுவே ஒரு சூத்திர வம்சமும் 112 ஆண்டுகள் ஆண்டது. இப்படியாக ராமனிலிருந்து யுதிஷ்டிரர், விக்கிரமாதித்தன், சந்திரகுப்தன் என்று மொத்தம் 36 வம்சப் பட்டியல் கிடைக்கிறது.

ராமர் காலத்திலேயே குதிரைப் பலி, அசுவமேத யாகம், வசந்தகால வேட்டை, நினைவுத் தூண்கள் அமைக்கும் பழக்கங்கள் இருந்திருக்கின்றன. ரதங்கள் இருந்திருக்கின்றன. வாளையும் குதிரையையும் போற்றி வணங்கி இருக்கிறார்கள் ராஜபுத்திரர்கள்.

வாள் - அசி, குதிரை - அசுவ. இதுவே ஆசியா என்றானது. சூரிய வம்சம், சந்திர வம்சம், அக்கினிக் குலம், யது குலம் தவிர சுமச்சு என்ற முகமதியக் கலப்புக் குலமும் இருந்திருக்கிறது.

இந்தச் சங்கிலியின் தொடரில் கடைசி அரசனான பிருத்திவிராஜ், அனங்பால் என்ற டெல்லி அரசனை வீழ்த்தி இரண்டாம் முறையாக டெல்லியில் ஆட்சி அமைக்கிறான். இவனை பார்வதி தேவி தன் சிங்கத்தில் அமர்த்திக் கொண்டுவந்து டெல்லி அரியாசனத்தில் அமர்த்தியதாகக் கதைகள் உண்டு. கன்னோசி ரத்தோர்கள் இடம்பெயர்ந்து மார்வார் செல்ல, கெனிகேசன் துவாரகை வந்து மேவார் குலத்தை ஸ்தாபிக்க, தொடர்ந்து பிகானீர், ஜெய்சால்மர் என்று குலம் செழித்து வளர்ந்தது. இனி மேவார்...

6

மேவார் பூர்வ கதைச் சரித்திரம்

ராமரின் வழிவந்த ரகு வம்சம் என்று அந்தக் காலத்தில் அத்தனைபேரும் அறுதியிட்டுச் சொன்ன இனம் மேவாரின் ராஜபுத்திர இனம். இலங்கையை வென்ற ராமனின் அரியாசனத்துக்குரியவர்கள் மேவார் ராணாக்கள்.

முப்பத்தாறு குலங்கள் வாயிலாக, எட்டு நூற்றாண்டுகளாக முகமதிய ஆக்கிரமிப்பைத் தாங்கி, தான் ஆட்சி செய்யும் பகுதியில் சிறு பகுதியைக்கூட இழக்காமல் நின்ற ஒரே இனம் மேவார் ராஜபுத்திர இனம்.

மேவார் முன்னோடிகளில் ஒருவரான போரஸ் கிரேக்க அரசரான அகஸ்டஸுக்குத் தூதனுப்பி வியாபாரத்தை வரைமுறைப்படுத்தியவர். முண்டோர் ராஜபுத்திர அரசன் 'ராணா' பட்டத்தை மேவாருக்களித்து அங்கீகரித்தான்.

கெனிகேசன் மேவார் ராஜபுத்திர அரசர்களில் முதல்வர். இரண்டாம் நூற்றாண்டில் வட இந்தியாவிலிருந்து துவாரகை, அதன்பின் சௌராஷ்டிரத்துக்கு இடம்பெயர்ந்தார்.

கெலோட் என்ற இந்த இனம் பிற்பாடு சிசோரி என்ற தலைநகரைக் கொண்டதால் சிசோதயர் ஆனது. சௌராஷ்டிரத்தில் பிரும்மர குலத்திடமிருந்து அரசைக் கைப்பற்றுகிறார்கள் ராஜபுத்திரர்கள். இன்னும் நான்கு நூற்றாண்டுகளுக்குப் பின்

விஜெய்சென் என்ற புதிய தலைநகர் உருவாகிறது. அதன்பின் பாலமிபுரா என்ற தலைநகர் உருவாகிறது.

பாலமிபுரா காட்டுமிராண்டிகளால் தாக்கப்பட, ராஜபுத்திர அரசன் சிலாதித்தன், அவனது மனைவி என அனைவரும் இறக்க, பவானி ஆலயத்துக்குச் சென்றிருந்த இன்னொரு மனைவி பிரும்மர ராஜகுமாரி மட்டும் தப்புகிறாள். காட்டில் தஞ்சம் புகுந்த அவளுக்கு, பின்பு குகையொன்றில் ஆண் குழந்தை பிறக்கிறது. பிறந்த குழந்தைக்கு 'குகா' என்று பெயரிடப்படுகிறது.

அந்தக் குழந்தை ஓர் அந்தண குடும்பத்தால் வளர்க்கப்படுகிறான். அவர்களிடம் அவனை ஒரு ராஜபுத்திரிக்குத்தான் மணமுடிக்க வேண்டுமென்று சத்தியம் வாங்கிக்கொண்டு அவன் அன்னை மறைகிறாள். வளரும் சிறுவன் மற்ற அந்தண குழந்தைகள் போலில்லாமல் ராஜபுத்திர சிறுவர்களுடன் சேர்ந்து பறவைகளைக் கொல்லுதல், மிருகங்களை வேட்டையாடுதல் போன்ற விளையாட்டுகளில் ஈடுபடுகிறான்.

இவனது வில் மற்றும் ஆயுதத் திறமையைப் பார்த்துக் காட்டின் தலைவர் இவனைத் தலைவனாக்க, கெலோட் பெயரையும் பெறுகிறான். அருகிலுள்ள எடூர் என்ற நகரம் இவனின் தலைநகராகிறது. குகாவைத் தொடர்ந்து எட்டுத் தலைமுறைகள் அங்கேயே வளர்கின்றன. குலப்பெயர் கெலோட்டி என்று மருவுகிறது.

நடுவே நகதித் என்ற இளவரசன் துரத்த, குகாவின் வழித்தோன்றல் திரிசூல மலையில் அடைக்கலமாகிறான். இவனது புதல்வன் பப்பா, குகாவைப் போலவே மறைந்து வாழ்கிறான். காடுகளில் வளர்கிறான். நாகம் சுற்றிய சிவலிங்கத்தையும் பசுவையும் வணங்கியவன் ஏகலிங்க ஆலயத்தையும் உருவாக்குகிறான். இவனது இளமைக் கால வாழ்க்கை சாகசக் கதை நாயகனைப் போன்றது. வாலிபனாக ஒருமுறை ஊஞ்சல் விளையாட்டில் வென்று சோலங்கித் தலைவரின் மகளை மணக்கிறான்.

மெய்க்காவலராக இவர்களுக்குத் திலகமிடவும், அரியணையில் அமரவும் உரிமை இருந்தது. அது பரம்பரை பரம்பரையாகத் தொடர்ந்தது. பப்பா நூறு பரம்பரைகளைத் தோற்றுவித்தவர். தனக்கென ஒரு பசுவை வளர்த்துக் குறிப்பிட்ட அந்த ஒரே பசுவின் பாலை மட்டும் குடித்து வளர்ந்தவர். துறவியொருவரின் போதனை கேட்டு, இரண்டு புறமும் கூரான அதிசய வாள்

ஒன்றைப் பெறுகிறார் பப்பா. அந்த வாள் பாறைகளையும் வெட்டவல்லது. அப்போது சித்தூர், மூர் வம்சம் வசத்தில் இருந்தது.

பப்பாவின் உறவினொருவரின் சிபாரிசால் சித்தூரின் முக்கியஸ்தர்களின் பட்டியலில் பப்பா சேர்க்கப்படுகிறார். சித்தூரின் போர்களில் ஈடுபடும் பப்பா மெதுவாக முன்னணிக்கு வந்து, சித்தூரை கெலோட் வம்சத்துக்கு உரியதாக்குகிறார். இந்துக்களின் சூரியன் என்ற பெயரையும் பெறுகிறார். இவரது சந்ததியினர் சௌராஷ்டிரம் முழுவதும் பரவுகிறார்கள்.

காட்டுமிராண்டிகள் வாழ்ந்த கோர் தேசம் நோக்கிப் படைகளுடன் சென்று வென்று கோர் தேச மங்கையர் சிலரை மணந்து அங்கும் தன் வம்சக் கிளையை உருவாக்குகிறார் பப்பா. கஜினி கைப்பற்றப்பட்டது. அதன் அரசர் சலீமின் மகளை பப்பா மணக்கிறார்.

மேற்குத் திசையில் உள்ள கந்தகார், காஷ்மிர், இராக், இரான், துருக்கி போன்ற பல நாடுகளை வென்ற பப்பா, வென்ற அந்தந்த நாடுகளின் அரசர்களின் புதல்வியரை மணந்து மொத்தம் 130 மகன்களைப் பெற்றார். அதில் 98 இந்துக்கள்.

சிந்துவைக் கடந்து உள்ளே நுழைந்த காலிப் முகமத் காசிம் பப்பாவால் தோற்கடிக்கப்பட்டார். பெருவாழ்வு வாழ்ந்த பப்பா நூறாவது வயதில் துறவியாக ஒரு மலையடிவாரத்தில் உயிருடன் புதைக்கப்பட்டார் என்கின்றன ராஜபுத்திர ஆவணங்கள். இவருக்குப் பின் விக்கிரமாதித்தன் வரை 59 தலைமுறைகள் தொடர்ந்தன.

முதல் நான்கு நூற்றாண்டுகளில் 18 அரசர்கள். கோமென் ராஜா காலத்தில் ஒரு முஸ்லிம் படையெடுப்பு நடந்திருக்கிறது. நடாலியாவிலிருந்து எழுந்த ராஜபுத்திரர்கள் சௌகான்கள். அனங்பால் என்றவர் டெல்லியை உருவாக்க, அவரிடமிருந்து கைப்பற்றி ஆண்டவர்கள் துவார் வம்ச ராஜபுத்திரர்கள். கன்னோசியை ரத்தோர் இன ராஜபுத்திரர்கள் ஆண்டார்கள்.

இதற்கிடையே எகிப்திலிருந்து வெளியேறிய ஆப்கானியர்கள் சிந்துவைக் கடந்து லாகூர் இந்து அரசரை விரட்டி ராஜ்யத்தைக் கைப்பற்றுகிறார்கள். பல போர்களுக்குப் பின் சமாதானம் ஆனாலும் மறுபடியும் ஜெயபால் என்ற அரசன் ஒரு லட்சம் வீரர்களுடன் போரிட்டுத் தோற்கிறான் முஸ்லிம் அரசரிடம்.

அடுத்து வந்த கோமென் 24 போர்களில் போரிடுகிறார். உதய்ப்பூரில் தவறாகக் கால் வைத்தாலோ தும்மினாலோ கோமென் உங்களைக் காப்பார் என்பார்கள். இவரது மகன்களில் ஒருவரான முகுல் இவரைக் கொல்ல, பிரபுக்கள் அவரை வெளியேற்றுகிறார்கள். முகுல் பாலைவனத்துக்குள் நுழைந்து முகுலியா கெலோட் இனத்தை உருவாக்கினார். அங்கிருந்த பாரதிபட்ட என்ற அரசரைப் பணிந்து நடந்தார். அதன்பின் அங்கிருந்து விரட்டப்பட்ட அந்த இந்து இளவரசன் சித்தூரில் அடைக்கலமாகிறான்.

அஜ்மீரில் சௌகான்களும், சித்தூரில் கெலோட்களும் நண்பர்களாகவும் பகைவர்களாகவும் மாறி மாறி இருந்தனர். ஆயுதங்களை நேசிப்பதும், குதிரைகளை விரும்புவதும், வேட்டையாடுவதும் என்று இன்பமாக வாழ்க்கை கழிந்தது அவர்களுக்கு.

கோமென் காலத்தில் *(812-836)* பெரிய இஸ்லாமிய ஆக்கிரமிப்பு நடந்தது. டெல்லியின் மாபெரும் கவியான சந்த் இதை எழுதியிருக்கிறார். பெரும் போருக்குப் பின், வம்சங்கள் அழிந்தபிறகு, கைவிடப்பட்ட நகரமாக இருந்த இந்திரப் பிரஸ்தம், 19 தலைமுறைகளுக்குப் பிறகு அனங்பால் வசம் வருகிறது.

டெல்லி அரசர் துவார் வம்ச இளவரசியை மணந்து பிருத்திவிராஜ் பிறக்கிறார். எட்டு வயதில் பிருத்திவிராஜ் மன்னனாகிறார். அனங்பாலின் உறவினர் கன்னோசி ஜெயச்சந்திரன். பிருத்திவிராஜ் அரியணை ஏறியதை ஜெயச்சந்திரன் அங்கீகரிக்கவில்லை. கன்னோசிக்கு முண்டோர் போன்ற ராஜ்யங்கள் ஆதரவு தந்தன.

சமர்சி என்ற சித்தூர் அரசன் பிருத்திவிராஜின் சகோதரியை மணந்தவன். அவன் பிருத்திவிக்கு ஆதரவாயிருந்தான். ஒருமுறை ஏழு லட்சம் மதிப்புள்ள தங்கம் நாக்பூரில் கிடைக்க, பிருத்திவி அதைப் பகிர சமர்சியை அழைக்கிறான். இது பொறாமைத் தீயை மூட்ட, ஜெயச்சந்திரனும் மற்றவர்களும் பிருத்திவியைத் தண்டிக்கச் சொல்லி கோர் தேச சஹாபுதீனை அழைக்கிறார்கள்.

அந்த நேரத்தில் குஜராத் போரில் பிருத்திவி இருந்ததால் அவன் திரும்பும்வரை படைகளுடன் நின்று டெல்லியைக் காக்கிறான் சமர்சி. பிருத்திவி வந்ததும் இருவரும் சேர்ந்து சஹாபுதீனைத்

தோற்கடித்துச் சிறையும் செய்கிறார்கள். சித்தூர் - டெல்லி உறவு மிகவும் பலமாகிறது.

அடுத்தமுறை சமர்சி டெல்லி வந்தபோது நகரை விட்டு ஏழு மைல் வெளியே வந்து அவரை எதிர்கொள்கிறான் பிருத்திவிராஜ். வந்த காரணம் - மறுபடியும் சஹாபுதீன் போருக்கு வந்ததுதான். போனமுறை அவனை அந்தக் கால ராஜபுதன நியதிப்படி விடுதலை செய்திருந்தார்கள்.

காகர் என்ற இடத்தில் பெரும் போர் நடந்தது. சமர்சியின் அறிவுரைகளும் வீரர்களும் பெருவாரியாக இந்தப் போரில் பயன்படுத்தப்பட்டன. மூன்றாவது நாள் போரில் சமர்சி, அவரது மகன் காளியன் மற்றும் 13 ஆயிரம் சித்தூர் வீரர்கள் மற்றும் தலைவர்கள் கொல்லப்பட்டனர். தார்தாரியர்கள் டெல்லியைக் கைப்பற்றினர். சமர்சியின் மனைவி ப்ரீத்தா தீயில் இறங்கினார்.

திருப்பமாக சஹாபுதீனுக்கு இந்தப் போரில் உதவிய கன்னோசியும் கைப்பற்றப்பட, ஜெயச்சந்திரன் கங்கையில் மூழ்கி இறந்தார். சஹாபுதீன் சௌஹானின் அரியணையில் அமர்ந்தான். மதம், அடையாளங்கள், கலை அனைத்தும் தார்தாரியக் காட்டுமிராண்டிகளால் அழிக்கப்பட்டன.

ராஜஸ்தானின் எல்லாச் சாலைகளிலும் ரத்தம் ஓடியது. அத்தனை ரத்தம் ஓடியும், ராஜபுத்திர இனம், குறிப்பாக மேவாரின் துடிப்பு அடங்கவே இல்லை. மதத்தின் பெயரால் நடந்த கொலை, காட்டுமிராண்டித்தனம் அத்தனையையும் தாங்கி மறுபடியும் எழ முடியுமென்று நிரூபித்தது ராஜபுத்திர இனம். ஒரு துண்டு நிலம்கூட இல்லாமலிருந்தாலும் ராஜபுத்திரர்கள் மதம், கலாசாரத்தை ஒரு துளிகூட இழக்கவில்லை.

டெல்லி அதன்பின் நூற்றுக்கணக்கான ஆண்டுகள் அந்நியரின் பிடியிலே இருந்தது. ரத்தோர்களின் பெருமை, அரண்மனைகள், கோட்டை கொத்தளங்கள் எல்லாம் அழிக்கப்பட்டன. கன்னோசி அழிக்கப்பட்டது. வரைபடத்திலிருந்தே கன்னோசி நீக்கப்பட்டது. ஆனால், மேவார் மட்டும் மறையவோ தன் தனித்தன்மையை இழக்கவோ இல்லை. இறந்த சமர்சியின் ரத்தம் அந்த ராஜ்யத்தை, குலத்தை வளர்த்தது. இனி, சமர்சியின் புதல்வர் கருணா.

புதுணீர் இளவரசியும் கருணாவின் தாயாருமான கோரும்தேவி இவருக்குப் பாதுகாவலராக இருந்தார். இவர் நாட்டைக் காக்கத் தானே போருக்குச் சென்று குத்புதீனைத் தோற்கடித்தார். ஒன்பது ராஜாக்கள் பதினொரு தளபதிகள் இவருக்குத் துணை நின்றார்கள். நடுவே சௌகான்கள் சித்தூரைக் கைப்பற்றுகிறார்கள்.

ரகப் என்ற கருணாவின் மகன் மறுபடியும் சித்தூரைக் கைப்பற்றுகிறார். இஸ்லாமியர் படையெடுப்பைத் தகர்த்து கெலோட் என்ற பெயரை சிசோதயராக்கி நிலைபெறுகிறார் சித்தூரில்.

முண்டோரின் முகிலை வெல்ல அவராலே ராணா பட்டமும் பெறுகிறார். 38 ஆண்டுகள் ஆள்கிறார். இவருக்கு 9 தலைமுறைகள் கழிந்து லகும்சி அரியணை ஏறுகிறார். அப்போதுதான் முதன்முறையாக அலாவுதீன் சித்தூரைத் தாக்குகிறார். முதன்முறை சித்தூரை அலாவுதீனால் கைப்பற்ற முடியவில்லை.

பீம்சி சித்தூரின் பாதுகாவலன். சௌகான் இன இலங்கை அரசர் மகளான பத்மினியை மணக்கிறார் பீம்சி. இவளது அழகு கவிஞர்களால் பாடப்பட்டுப் பிரபலமானது. ராஜாவாராவின் உண்மையான கலாசார அடையாளமாயிருந்தாள் ராணி பத்மினி.

இரண்டாம் முறை இவளைக் கைப்பற்ற அலாவுதீன் சித்தூரின் மேல் படையெடுத்தான். குறைந்தபட்சம் அவளைக் கண்ணாடியிலாவது பார்க்க வேண்டுமென்பது அலாவுதீனின் கோரிக்கையாயிருந்தது. ராஜபுத்திரர்களின் வார்த்தைகளில் நம்பிக்கை வைத்து சித்தூரில் நுழைந்து பத்மினியைப் பார்த்துத் திரும்பிய அலாவுதீன் திரும்பியவுடன் தாக்குதல் தொடுத்து எதிர்பாராதவிதமாக பீம்சியைக் கைதுசெய்து தன் இருப்பிடத்துக்குக் கொண்டுசெல்கிறான்.

பீம்சியைத் திரும்ப அனுப்ப வேண்டுமானால் பத்மினி சரணடைய வேண்டுமென்று நிபந்தனை விதிக்கிறான். பத்மினியைச் சரணடைய வைத்து, களங்கமில்லாமல் திரும்பக் கொண்டுவர அவளது உறவினர்களும் பாதுகாவலர்களுமான கோரக் மற்றும் பாகுல் ஆகிய இருவரும் ஒரு திட்டம் வகுக்கிறார்கள்.

சித்தூர் ராணி பத்மினி

அலாவுதீனின் படைகள் பின்வாங்கியவுடன், ராணி தன் பணியாட்கள் 700 பேர் சூழ டெல்லி வருவாள். ராஜபுதன வழக்கப்படி அந்தப் பணியாட்களை யாரும் காணவோ சோதனையிடவோ கூடாது. டெல்லியை அடைந்ததும் ராணியும் அலாவுதீனும் சந்திக்க அரைமணி நேரம் கொடுக்கப்படுமென்று சொல்லப்பட்டது. இந்த நிபந்தனையை ஒப்புக்கொண்டான் அலாவுதீன்.

700 பெண்களின் சுமைகளைத் தூக்கும் பணி ஆட்களாக ராஜபுதனத்தின் மாபெரும் வீரர்கள் மாறுவேடத்தில் பயணித்தார்கள். ராணி பயணம் தொடங்கியதைக் கண்டபின் டெல்லியை நோக்கிக் கிளம்பிய அலாவுதீன் பீம்சியை விடுவிக்கவில்லை. பீம்சியைக் கைதியாக டெல்லி கொண்டுசெல்ல முயன்றான்.

ராஜபுத்திர குதிரைப் படை சூறாவளியாக அவனைத் தாக்கியது. ராணியின் இரண்டு உறவினர்களும் கொல்லப்பட்டாலும்

பீம்சி விடுவிக்கப்பட்டார். ராணியும் பத்திரமாகத் திரும்பினார். வெறியுடனிருந்த அலாவுதீன் மறுபடியும் 1290ல் சித்தூரைத் தாக்கினான். இந்த முறை படைகளுடன் பெரிய பீரங்கிகளையும் கொண்டு வந்திருந்தான் அலாவுதீன். வெள்ளமென வந்த அலாவுதீனின் படைகளை சித்தூரால் தாக்குப்பிடிக்க முடியவில்லை.

பல இளவரசர்கள் உயிரை விட்டனர். ராணி பத்மினியும் மற்ற ராஜபுத்திர பெண்களும் ஜோகரில் உயிரைவிட, ராணாவும் அவரது மகன் அஜய்சியும் பாக்கி.

ராணாவின் ஆணைப்படி அஜய்சி சின்ன சண்டையொன்று செய்து பாதுகாப்பாக கைல்வாரா மலைக்குச் சென்றார். வாரிசு கவலை மறந்த ராணா மற்றைய ராஜபுத்திர வீரர்களுடன் அலாவுதீனின் எண்ணிலடங்கா வீரர்களிடையே புகுந்து தாக்கினார். 1303ம் ஆண்டு உயிரை மறந்து அவர்களனைவரும் உயிரைவிட, அந்தப் பெருமை மிக்க அரியணை இருந்த நகரம் வீழ்ந்தது.

இந்த வெற்றியைப் பெற்ற அலாவுதீன் தன்னை இரண்டாம் அலெக்சாண்டராக அறிவித்துக்கொண்டான். அதன்படியே நாணயங்களும் வெளியிட்டான். இந்தப் போரினால் சூரிய குலம் மொத்தமும் தோற்கடிக்கப்பட்டது.

சில நாள் சித்தூரில் தங்கிய அலாவுதீன் காட்டுமிராண்டித்தனத்தின் உச்சியை எட்டினான். கோவில், நினைவகங்கள் அத்தனையையும் தகர்க்கச் செய்தான். அதிசயமாக பீம்சி, பத்மினியின் மாளிகைகளை மட்டும் விட்டுவைத்தான். ஆட்சியை ஜாலூரின் மால்டியோவிடம் ஒப்படைத்துவிட்டு டெல்லி சென்றான்.

சித்தூரிலிருந்து பிழைத்த ராணா அஜய்சி ஆரவல்லி மலைப் பள்ளத்தாக்கில் கைல்வாரா நகரில் பத்திரமாயிருந்தார். மேவாரின் மேற்கு எல்லைப் பகுதிப் பழங்குடியினர் மேவாரின் விசுவாசமான குடிமக்கள். அஜய்சியின் தந்தை தனக்குப் பின் தன் சகோதரன் அர்சி பட்டத்துக்கு வரவேண்டுமென்று விரும்பியிருந்தார். அவர் இறக்கவே அவரது புதல்வன் வரவேண்டுமென்று அஜய்சியும் விரும்பினார். அந்த இளைஞனின் பெயர் ஹமீர்.

ஹமீர் 12 வயதாயிருக்கும்போது மேவார் டெல்லியின் கட்டுப்பாட்டில் வந்துவிட்டது. கைல்வாராவில் அஜய்சியின்

ஆட்சியில் முஞ்சா பலிச்சா என்ற கொள்ளைக்காரன் அனைவரையும் அச்சுறுத்தி வந்தான். ராணாவையே ஒருமுறை தாக்கிக் காயப்படுத்தினான். ராணாவின் புதல்வர்கள் சுஜென்சி, அஜிம்சி. இருவராலும் தந்தைக்கு உதவ முடியவில்லை. ஹமீருக்கு அழைப்பு விடுக்கப்பட்டது.

முஞ்சாவின் தலையுடன் வருவேனென்று சபதத்தோடு சென்ற ஹமீர், சொன்னபடியே முஞ்சாவைக் கொன்று தலையுடன் திரும்பினான். ஹமீரின் நெற்றியில் ரத்தத் திலகமிட்டு, தன் தந்தையின் எண்ணப்படி அவனையே ராணாவாகும்படி வேண்டுகோள் விடுத்தார் அஜய்சி. அஜய்சியின் இரண்டு புதல்வர்களில் ஒருவர் இறந்துவிட, இன்னொருவர் கலவரம் செய்ய முற்பட்டுத் தோல்வியடைந்து தக்காணத்துக்குச் சென்று சரித்திரத்திலிருந்தே மறைந்தார்.

ராணாவான ஹமீர் 64 வருடங்களாக மேவார் இழந்ததை எல்லாம் கொஞ்சம் கொஞ்சமாக மீட்க ஆரம்பித்தார். முதலில் பலிச்சாவின் பிரதேசங்களை எல்லாம் கைப்பற்றினார். அதை விவரிக்கும் ராஜபுதன நாட்டுப்பாடல் ஒன்று:

‘அஜய்சி சென்றபின் உருவிய ஹமீரின் வாள்
அவரது உற்ற நண்பனாக அவரது கரங்களில்
எப்போதும் சுழன்றுகொண்டிருந்தது’

நாட்டுக்காக வாளை உறுவ முடியாதவர்களை நிலங்களை விட்டு மலையடிவாரத்துக்கு நகரும்படி உத்தரவிட்டார் ஹமீர்.

கைல்வாராவைத் தன் தலைமையகமாக வைத்திருந்த ஹமீர் அதைப் பாதுகாப்பான இடமாக மாற்றியிருந்தார். 12000 அடி உயரத்திலிருந்தது அந்த மலைவெளி. அங்கிருந்து குஜராத் உட்பட பல இடங்களுக்குப் பாதைகள் இருந்தன. வளமான நல்ல பழங்கள் கிடைத்தன. வில்லாளிகளான பழங்குடியினரின் பாதுகாப்பை உடையதாயிருந்தது அது. எப்போது வேண்டுமானாலும் வில்லேந்திய வில்லாளிகள் 5000 பேர் ராணாவுக்காக வில்லை ஏந்திப் போரிடத் தயாராயிருந்தனர்.

அலாவுதீன் கவர்னராக நியமித்திருந்த மால்தேவ் ஹமீரின் வளர்ச்சியைப் பார்த்துக் கொண்டுதானிருந்தான். ஹமீரை வீழ்த்த வேடிக்கையான ஓர் உபாயம் செய்தான் மால்தேவ். ராஜபுத்திர வழக்கப்படி தன் மகளைத் திருமணம் செய்துகொள்ளத் தேங்காய்களை அனுப்பினான். தூதர்கள்

மஞ்சளிட்ட தேங்காய்களைத் தாங்கிவந்து அழைப்புவிடுக்க, நடக்கும் எந்தச் செயலானாலும் அதை சித்தூரை மீட்க உபயோகிக்க வேண்டுமென்ற மனநிலையில் இருந்த ஹமீர் அதை ஏற்றுக்கொள்ள உத்தரவிட்டான். திருமண அழைப்பை ஏற்றுத் தனியாக சித்தூரை நோக்கிச் செல்லவும் முற்பட்டான்.

எச்சரித்தவர்களிடம் 'என் உயிர் போனாலும் போகட்டும். என் முன்னோர்கள் கால் பதிந்த இடத்தில் என் கால்களும் படட்டும்' என்று சொல்லி வெறும் *500* குதிரை வீரர்கள் காப்பாளர்களாகத் தொடர சித்தூரை அடைந்தான்.

தன் ஐந்து மகன்களுடன் நின்று அவனை வரவேற்றான் மால்தேவ். ஆனால் வேண்டுமென்றே ராஜபுத்திர வழக்கப்படி திருமண அலங்காரங்கள் செய்திருக்கவில்லை. குறிப்பாக மயிலிறகு போர்த்திய முக்கோண வளைவு கட்டப்பட்டிருக்கவில்லை.

சடங்குகள் எதுவும் இல்லாமல் மால்தேவின் மகள் வரவழைக்கப்பட்டு, இருவரின் உடைகளும் முடிச்சிடப்பட்டுக் கைகள் இணைக்கப்பட்டன. சடங்குகள் செய்யவந்த புரோகிதர் ஹமீரின் முகத்தைச் சங்கடத்துடன் பார்த்தாலும் அவனை அமைதியாயிருக்கும்படி செய்கையும் செய்தார்.

இரவில் தனித்துவிடப்பட்ட மணவறையில் அந்தப் பெண்ணின் அமைதியான முகம் ஹமீரைச் சாந்தப்படுத்தியது. தான் சிறுமியாயிருக்கும்போது ஒரு வயதான பட்டி வம்சத் தலைவனுக்கு மணமுடிக்கப்பட்டதாகவும், அவனது முகம்கூட நினைவிலில்லை என்றும் விதவையான அந்தப் பெண் உண்மைகளைக் கூற, ஹமீர் அதைப் பெரிதுபடுத்தவில்லை.

ஹமீரின் நடத்தையால் மகிழ்ந்த அந்தப் பெண், அவன் தன் தந்தையைப் பழிவாங்க வேண்டுமென்றும், சித்தூரை ஹமீர் கைப்பற்ற வேண்டுமென்றும், அதற்குத் தான் உதவுவதாகவும் கூறினாள்.

மணமகன் வீடு திரும்பும்போது மாமனாரிடம் ஏதாவது பரிசுப் பொருள் கேட்டுப் பெறுவது வழக்கம். அந்த வழக்கப்படி மேத்தா வம்சத்தைச் சேர்ந்த ஜால் என்ற நிர்வாகியைக் கேட்டுப் பெறும்படி சொல்லிக் கொடுத்தாள் ஹமீரின் மனைவி.

அதன்படியே செய்து *15* நாளில் கைல்வாரா திரும்பினான் ஹமீர். கைச்சி என்ற மகன் பிறக்கிறான். மகனுக்கு ஒரு

வயதாகும்போது ஜாலின் அறிவுரைப்படி அவனைக் கோவிலில் கிடத்தப் பிறந்தகம் வருகிறாள் அமீரின் மனைவி. வெளியூர் சென்றிருந்த மால்தேவ் திரும்பிவரும்போது படைகளுடன் தயாராயிருந்த ஹமீர் மால்தேவைக் கொன்று சித்தூரைக் கைப்பற்றுகிறான்.

கோமுகர் முதலான மேற்கிலுள்ள அத்தனை ராஜபுத்திர இனங்களும் சித்தூர் மறுபடியும் உரியவர்களிடம் வந்ததைக் கொண்டாடுகிறார்கள். டெல்லியில் அலாவுதீனுக்கு அடுத்து ஆண்டுவந்த முகமது படையுடன் வர, அவனை சித்தூரை விட்டு வெளியேறி வந்து சந்தித்தான் ஹமீர். பூகோள வசதிகளைப் பயன்படுத்தி அவனது பெரிய படைகளைத் தோற்கடித்ததுடன் அவனையும் கைதுசெய்து சித்தூருக்குக் கொண்டுசென்றான் ஹமீர்.

அஜ்மீர், ரிதம்பூர், நாகூர், சோய் சோபர் ஆகிய இடங்களையும், 50,000 பணம் மற்றும் 100 யானைகளையும் கொடுத்து 3 மாதங்களுக்குப் பின் விடுதலை பெற்றான் முகமது. இதிலிருந்து பெற்ற பாடத்தை ஹமீர் மற்றவர்களுக்குச் சொன்னான்: 'சித்தூரைக் காக்க சித்தூருக்குள் அடைபடக்கூடாது. சுவரை விட்டு வெளியே வந்து போராட வேண்டும்.'

மால்தேவின் மகன்களில் ஒருவனான பன்பீர் ஹமீரிடம் பணிபுரிய விழைந்தான். இதற்கு முன்னால் பணிபுரிந்த துருக்கியர்களிடம் இருந்தது போலல்லாமல் சொந்த நாடு, சொந்த மதத்தவரிடம் பணிபுரியும்போது உண்மையாக இருக்கவேண்டுமென்ற அறிவுரையுடன் நான்கு நகரங்களை அவனுக்கு ஹமீர் கொடுத்தான். அவனும் நன்கு பணிபுரிந்து பக்கத்தில் சில இடங்களையும் கைப்பற்றி மேவாருடன் இணைத்தான்.

அந்தக் காலகட்டத்தில் ஹமீர் இந்தியாவின் ஒரே இந்து ராஜாவாகத் திகழ்ந்தார். மார்வார், ஜெய்ப்பூர், பூண்டி, குவாலியர், சந்தேரி, ரசின், சிகிரி, கால் பி அபோ ஆகிய இனத் தலைவர்கள் மேவாருக்குப் பணிந்து ஹமீரின் அழைப்புக்கு இணங்கி சித்தூர் வந்து காணிக்கைகளைக் கொடுத்து விசுவாசத்தை வெளிப்படுத்தினார்கள். அந்நியர் ஆக்கிரமிப்பில்லாமல் இந்தியா அமைதியாயிருந்தது.

ஒரேவொரு கட்டடத்தைத் தவிர மீதிக் கட்டடங்கள், விலை நிலங்கள் அனைத்தையும் துவம்சம் செய்துவிட்டு அலாவுதீன் திரும்பி இருக்க, ஹமீர் அனைத்தையும் படிப்படியாகச்

சரிசெய்தார். வெறும் விளை நிலங்களின் வருவாயை வைத்து அதைச் செய்யச் சாதாரணமாகச் சாத்தியமில்லை. ஆனால் ஹமீரின் முயற்சி, ராஜபுத்திர இனத்தின் கட்டுக்கோப்பான விசுவாசம் ஆகியவை அதை முடிக்க ஏதுவாயின.

வீரத்துடனும் விவேகத்துடனும் அரசாண்ட ஹமீர், வலிமையான ராஜ்யத்தைத் தன் மகனுக்கு விட்டுச் சென்றார். 1365ல் க்ஷேத்ரா அரியணை ஏறினார். பதான்களிடமிருந்த பகுதிகளைக் கைப்பற்றினார். அண்டைய பகுதிகள் சிலவற்றையும் கைப்பற்ற, வெகுண்டு படையெடுத்து வந்த டெல்லி அரசரையும் தோற்கடித்தார். எதிர்பாராதவிதமாக ஒரு பெண் சம்பந்தப்பட்ட குடும்பத் தகராற்றில் உயிரை இழந்தார். இவருக்குப் பின் லக்கா ராணா பதவியேற்றார்.

க்ஷேத்ரா கைப்பற்றிய பகுதிகளில் பெரும் உலோகச் சுரங்கங்கள் கண்டுபிடிக்கப்பட்டன. லக்கா ராணாவும் அம்பர், டெல்லி ராஜாக்களைப் போரில் தோற்கடித்தவர்தான்.

கோட்டை, கொத்தளங்கள் அதிகமாக உருவாக்கியவர் லக்கா ராணா. இவர் காலத்தில் சுரங்கங்களில் கிடைத்த பணம் பெரும்பாலும் கோவில் கட்டப் பயன்படுத்தப்பட்டது, அலாவுதீனால் அழிந்த கட்டடங்களைப் புதிதாகப் புனரமைக்கப் பயன்பட்டது. புனிதத் தலமான கயாவைக் காக்கச் சென்றபோது எதிர்பாராத விதமாகக் காட்டுமிராண்டிகளால் இவர் கொல்லப்பட்டார். இவரது மகன் சந்தா. இளையவன் முகுல்.

மூத்தவனான சந்தாவை விட்டு இளையவனான முகுலுக்கு இவர் பட்டம் கட்டினார். காரணம், வேடிக்கையானது. ராஜபுத்திரர்கள் பெண்களுக்குக் கொடுக்கும் மரியாதையே அலாதியானது. அவர்கள் பெயருக்கும் கௌரவத்துக்கும் அணுவளவு பங்கம் வருவதையும் அவர்கள் அனுமதிப்பதேயில்லை. சரித்திரத்தையே அசைத்துப் பார்த்த அப்படியொரு சம்பவம்...

லக்கா ராணாவுக்கும் வலிமையான சிசோதய தாய்க்கும் பிறந்தவன் இளவரசன் சந்தா. ஒருநாள் ராணா அவையிலிருந்தபோது, மார்வார் அரசரிடமிருந்து தேங்காய்கள் வந்தன. மண விண்ணப்பம் வந்தது பட்டது இளவரசரான சந்தாவுக்கு. அவையில் சந்தா இல்லை.

ராணா நகைச்சுவையாக, "இந்த நரைத்த தலையுடையவனுக்குத் தேங்காய்கள் அனுப்பவில்லையென நினைக்கிறேன்"

என்று சொல்ல, மொத்த சபையும் கொல்லென நகைத்தது. நகையுடன், "சந்தா வந்து இதைப் பெற்றுக்கொள்வான்" என்று முடித்தார் ராணா. ஆனால் ஒரேவொரு வினாடி மணமகளைத் தனக்கெனத் தந்தை கூறியதால் அந்தத் திருமணத்தை மறுத்துவிட்டான் சந்தா.

பெரிய இடமான மார்வாரை அவமதிக்க விரும்பாத ராணா தானே அந்தத் தேங்காய்களை ஏற்றுக்கொள்ள முடிவெடுத்தார் - ஒரு நிபந்தனையுடன். ஒருவேளை புதிய மனைவிக்கு ஆண் குழந்தை பிறந்தால், சந்தா அவனுக்கு அரியணையை விட்டுத் தரவேண்டும்.

சந்தாவும் ஏகலிங்கன் மேல் ஆணையிட்டு உறுதி கொடுத்துவிட்டான். ராணாவுக்கு மார்வார் இளவரசி வாயிலாக ஆண்குழந்தை - முகுல் பிறந்தான்.

முகுலுக்கு 5 வயதாகும்போது கயாவை ஆக்கிரமித்த காட்டுமிராண்டிகளைத் தண்டிக்க ராணா பிரயாணப்பட்டார். தொலைதூர அந்தப் பயணத்திலிருந்து அவர் திரும்பி வராமலும் போகலாம். ஆகவே தான் செல்லும் முன் வாக்களித்தபடி சந்தாவிடம் முகுலிடம் ஆட்சியை ஒப்படைக்கும்படி சொல்லி அதற்கான சடங்குகளை முடித்து, சந்தாவையே அவனுக்குப் பாதுகாப்பாக இருக்கும்படி நியமித்துச் சென்றார்.

தந்தையின் மீது மதிப்பும் விசுவாசமும் கொண்ட சந்தா, தம்பிக்குத் துணையாக நின்று, தம்பியின் பெயரால் நல்ல நிர்வாகம் செய்துகொண்டிருந்தான். முகுலின் தாய் இளையராணி தன் முக்கியத்துவம் குறைவதாக எண்ணி சந்தாவைக் குறை கூறிக்கொண்டேயிருந்தாள். தன் மகனுக்கு அநீதி நடப்பதாகப் பலரிடமும் புலம்ப, சந்தா தன் இருப்பிடத்தை சித்தூரிலிருந்து தனக்கு அளிக்கப்பட்ட ஹல்லாருக்கு மாற்றிக்கொண்டான்.

சந்தா அகன்றதும் ராணியின் தந்தை, சகோதரன் என்று வரிசையாக சித்தூருக்கு வந்தார்கள். வந்த மார்வார் பிரமுகர்கள் தவிர அவர்களுடன் வந்த முண்டோர் பிரபுக்களும்கூட அங்கேயே தங்கிவிட்டார்கள்.

மேவாரின் வளம் கொழிக்கும் பகுதிகள் அவர்களை மறுபடியும் மார்வார் செல்லவிடாமல் தடுத்தன. ஒரு கட்டத்தில் பப்பா ராவல் அமர்ந்திருந்த அரியணையில் மார்வார் ராஜா அமர ஆரம்பித்தார்.

அதுவரை வாளாவிருந்த சந்தா இதைக் கேள்விப்பட்டவுடன் சாளும்பர படைகளுடன் வந்து மார்வார் ராஜ குடும்பத்தையும் பிரபுக்களையும் விரட்டினார். மார்வார் ராஜா போரில் கொல்லப்பட்டார். முகுல், சந்தா விட்டுக்கொடுத்த மேவார் அரியணையில் ஏறினார். டெல்லியை ஆண்ட அரசரின் படைகளை முன்னோக்கிச் சென்று தோற்கடித்தார். லக்கா தொடங்கிய கட்டடங்களை முடித்துக் கொடுத்தார். சதுர் பூஜை செய்ய நான்முகனுக்குக் கோவில் எழுப்பினார்.

முகுலுக்கு 3 மகன்கள். ஒரே மகள் ரூபி என்கிற லால்பாய். மூத்த மகன் கோம்போ. முந்தைய ராணா கைட்சுவிற்கு இரண்டு மகன்களிருந்தார்கள் - சாச்சா, மேரா. இவர்களது தாய் மரவேலை செய்பவரின் மகள். இவர்கள் மதரியா என்ற இடத்தில் வசித்து வந்தார்கள். அங்கே 700 குதிரைகளைப் பராமரிக்கும் பணியைச் செய்துகொண்டிருந்தார்கள்.

ஒருமுறை ராணா முகுல் அங்கே வரும்போது முன்பகை காரணமாக இவர்களை அவமானப்படுத்த வேண்டுமென்ற நோக்கத்தில் ஒரு தலைவர் ராணா முன்னிலையில் இவர்களிடம் ஓர் ஆசனத்தைக் காட்டி இது என்ன மரமென்று கேட்க, தாங்கள் தச்சு வேலை செய்பவர்கள் என்பதைக் காட்டவே இவ்வாறு கேட்டு அவமானப்படுத்துவதாக எண்ணிய சகோதரர்கள் இருவரும் ராணாவின் தலையை வெட்டினார்கள்.

கொலையைச் செய்துவிட்டு ரத்கோட் மலையில் சென்று ஒளிந்துகொண்டார்கள். போகும்போதே சுஜாதா என்ற சௌகானிகளின் மகளையும் தங்களுடன் கடத்திச் சென்றனர். இதனைக் கேள்விப்பட்ட முகுலின் மகன் கோம்போ ரத்தோர்களுடன் சேர்ந்து துரத்தி வந்தான். மலையடிவாரம் வந்ததும் சுஜாதாவின் தந்தையும் இவர்களுடன் சேர்ந்துகொள்ள, அனைவரும் மலையுச்சிக்குச் சென்றனர். அங்கே மின்னும் புலி ஒன்றின் கண்களைக் கண்டனர். சரித்திரத்தில் இதற்குப் பிறகு என்ன நேர்ந்தது என்ற தகவல்கள் இல்லை. சரித்திரத்திலிருந்து அவர்கள் மறைந்துவிட்டார்கள்.

கோம்போ 1419ல் அரியணை ஏறினார். ஒரு ராஜ பரம்பரையில் அடுத்தடுத்து வலிமையான பலம் பொருந்திய அரசர்கள் அமைவது அரிது. மேவார் அந்த வாய்ப்பைப் பெற்றது.

ராணா ஹமீரின் பலமும், லக்காவின் ரசனையும், தனக்கே உரிய வேகமும் பெற்றிருந்தார் கோம்போ. அவர் மேற்கொண்ட

செயல்களெல்லாம் வெற்றிபெற்றன. மேவாரின் வெற்றிக் கொடி மறுபடியும் பறக்க ஆரம்பித்தது. இப்போது நாட்டின் அரசியல் சரித்திரம் மாறி இருந்தது.

சஹாபுதீனுக்குப் பின் 24 சக்கரவர்த்திகள் தோன்றி இருந்தார்கள். கில்ஜி வம்சம் அழிந்து அடிமை வம்சம் வந்துவிட்டிருந்தது. கோல்கொண்டா, தக்காணம், மால்வா, குஜராத் ஆகியவை பலம் பொருந்திய ராஜ்யங்களாகி இருந்தன.

மேவாரின் பலத்தையும் வளர்ச்சியையும் அசூசையுடன் பார்த்துக்கொண்டிருந்தன இந்த நாடுகள். 1440ல் மால்வாவும் குஜராத்தும் சேர்ந்து மேவாருக்கெதிராக அணி சேர்ந்தன. படைகளுடன் நகர்ந்தன. ஒரு லட்சம் குதிரைகள், 14,000 யானைகள்.

கடலென வந்த அந்தப் படைகளை கோம்போ அலட்சியமாக வென்றதாக நினைவுத் தூண்கள் சொல்கின்றன.

போரில் வென்ற கோம்போ மால்வா அரசர் முகமதைச் சிறைபிடித்தார். ஆனால் அவரைக் கொல்லவோ அபராதம் கட்டச் சொல்லவோ செய்யாமல் பெருந்தன்மையுடன் விடுவித்தார். அதுதான் ராஜபுத்திரர்களின் பலம் மற்றும் பலவீனமும் ஆகும்.

இந்த ராஜபுத்திரர்களின் விசேஷ குணங்களை அபுல் பாசல் இப்படிச் சொல்கிறார்:

> 'அரசியல், கண்மூடித்தனம், பெருமை, பெருந்தன்மை - இவைதான் இந்துக்களின் குணங்கள்.'

ராஜபுத்திர கோம்போவிடமும் இவை நிறைந்திருந்தன. அதனால்தான் முகமதைப் பரிசுகளுடன் விடுவித்தார். அந்தப் பெருந்தன்மைக்குப் பரிசாகப் பிற்காலத்தில் முகமதுவின் படைகள் மேவார் படைகளுடன் இணைந்து டெல்லி சுல்தானின் படைகளைத் தோற்கடித்தன.

மேவாரின் 84 கோட்டைகளில் 32 கோம்போவினால் கட்டப்பட்டவை. சித்தூரின் உச்சி கோம்போ மோர் - கோம்போ உச்சி என்று அழைக்கப்பட்டது. சந்திரகுப்த மௌரியர் காலத்தில் கட்டப்பட்ட பழைய கோவில்கள்கூட புனரமைக்கப்பட்டன. நாகூரைக் கைப்பற்றி அங்கே அனுமார் சிலை அமைக்கப்பட்டது. நிர்வாக ரீதியாகத் தேவைப்படும் கோட்டை கொத்தளங்கள் கட்டப்பட்டன. ரிஷபதேவா என்ற மாபெரும் நந்தி தேவனுக்குரிய ஆலயம் எழுப்பப்பட்டது.

இவரே ஒரு கவிஞர்தான். கிருஷ்ணன் பேரில் இனிமையான பாடல்கள் எழுதியுள்ளார். அற்புதமான பாடல்கள் பாடிய ரத்தோர் இன மீராபாய் என்ற கலைநயமிக்க இளவரசியைத் திருமணம் செய்திருந்தார். மீராபாய் பாடிய கோவிந்த பஜன்கள் மிகப் பிரபலம்.

இவ்வளவு மென்மையானவர் கொஞ்சம் முரட்டுத்தனமான காதலையும் காட்டி இருக்கிறார். ரத்தோர் இளவரசர் ஒருவருக்கு நிச்சயிக்கப்பட்ட ஜால்வார் இளவரசியைக் கவர்ந்து ராட்சச விவாகம் செய்துகொண்டார்.

அந்த இளவரசர் பிரம்ம பிரயத்தனம் செய்தும் அவளை மீட்கவோ சந்திக்கவோ முடியவில்லை. அந்த இளவரசர் இளவரசியைச் சந்திக்க முயன்ற ரசனையான சம்பவங்களைப் பற்றி ராஜபுத்திர தெருப் பாடகர்கள் பாடல்களே பாடி இருக்கிறார்கள்.

இப்படிப் பெருவாழ்வு வாழ்ந்து 50 வருடங்கள் மேவாரை ஆண்ட கோம்போ தன் மகனாலேயே கொல்லப்பட்டது ராஜபுத்திர சரித்திரத்திலே ஒரு கறுப்புப் பக்கம். அந்தச் சம்பவம்...

கோம்போவிற்கு இரண்டு மகன்கள். ரேமல், உதய். ரேமல் என்ற மகனுக்கு விசித்திரமான ஒரு காரணத்துக்காகத் தலைநகரை விட்டு நீங்கும் வனவாசத் தண்டனையைக் கொடுத்திருந்தார் கோம்போ.

காரணம் இதுதான்: கோம்போ ஒரு போரை முடித்துவிட்டு வந்து அரியணையில் அமரும் முன் வாளை உருவித் தலைக்குமேல் மூன்று முறை சுழற்றிவிட்டு அமர்ந்தார். “ஏன் அப்படிச் செய்தீர்கள்?” என்று கேள்வி கேட்டார் ரேமல். அதற்கான தண்டனைதான் அவருக்கு அந்த வனவாசம்.

அவர் எடியூர் என்ற ஊரில் வசித்து வந்தார். இதற்கிடையே அரண்மனை ஜோதிடர் ஒருவர் கோம்போவிற்குத் துர்மரணம் நிகழப்போவதாகக் குறி சொல்ல, அவரைத் தண்டிக்காமல் சிரித்தபடி இருந்தார் கோம்போ. ஜோதிடர் சொன்னதுபோலவே அவரது இன்னொரு மகனான உதய் கோம்போவைக் கொன்றுவிட்டார். காரணம் குறிப்பாக எதுவும் இல்லை - சீக்கிரமே அரியணை ஏற வேண்டுமென்ற ஆசைதான்.

ஆனால் ராஜபுத்திர இனத் தலைவர்கள் இதை அனுமதிக்கவில்லை. தந்தையைக் கொன்ற உதய்யுடன்

அதிகாரிகள், தளபதிகள் என்று ஒருவர்கூட சேரவில்லை. திவானை விட்டு வெளியே வர முடியாமலிருந்தார் உதய். சம்பூர், அஜ்மீர், ஜோத்பூருக்கு விடுதலை மற்றும் சலுகைகள் போன்றவற்றை லஞ்சமாகக் கொடுத்து ஆதரவை நாடினார். ஒருவரும் அசைந்து கொடுக்கவில்லை.

இப்போது எடியூரிலிருந்த ரேமல் படைகளுடன் வந்து உதய்யைத் தோற்கடித்து சித்தூரை விட்டு விரட்டினார். ஓடியவர் டெல்லி சென்று டெல்லி சுல்தானுக்குத் தன் மகளை மணமுடித்து, தன் மகன்கள் மற்றும் டெல்லிப் படையுடன் சேர்ந்து வந்து மேவாரில் நுழைந்தார். 50,000 குதிரை வீரர்களுடன் வந்த அந்தப் படையை காசா என்ற இடத்தில் இனப்படைகளுடன் சந்தித்த ரேமல் ரத்த ஆறு ஓட ஓடத் தோற்கடித்து விரட்டினார்.

ரேமலுக்கு மூன்று மகன்கள் - சங்கா, பிருத்திவிராஜ், ஜெய் மல். ராஜபுத்திர வழக்கப்படி மூத்தவனான சங்காதான் அரியணை ஏறவேண்டும். சங்கா, பிருத்திவிராஜ் இருவரும் ஜாலி ராணிக்கும், ஜெய் மல் இன்னொரு ராணிக்கும் பிறந்தவர்கள். மூவரில் ஆவேசமும் துடிப்பும் உடையவன் பிருத்திவிராஜ்.

இவர்கள் இருவரும் போர்ப்பயிற்சி முடிந்து மாலைவேளையில் அமரும்போது கவிஞர்கள் பாடும் பாடல்கள் இவர்களிடையே போட்டியைத் தூண்டுவதாக அமைந்திருந்தன. 'விதி பிருத்திவிராஜனுக்குத்தான் சித்தூரை அளிக்குமோ...' போன்ற பாடல்களைக் கேட்டபின் ஒருநாள் சங்கா, "1000 நகரங்களைக் கொண்ட மேவாரை நான் விட்டுத் தரத் தயார். எதற்கும் புலிமலையில் இருக்கும் சாருணிதேவியிடம் குறி கேட்கலாம்" என்று சொல்ல, மாமன் சூரஜ் மல்லுடன் நால்வரும் சாருணிதேவி ஆலயத்துக்குச் சென்றார்கள்.

சாருணிதேவியின் ஆலயத்திற்குள் முதலில் பிருத்திவி சென்றான். கடைசியாக சங்கா நுழைந்தான். சங்கா நுழைந்தபின் சூரஜ் மல் நின்றுகொண்டிருக்க, அவரவர் உட்கார்ந்திருந்த நிலைகண்டு சகுனம் பார்த்து, "சங்காவே அரசாள்வான்" என்றாள் அங்கிருந்த தபஸ்வினி.

கோபத்தில் வாளையுருவி அவளை பிருத்திவி வெட்ட முயல, சூரஜ் மல் தடுக்க, சங்காவும் காயமடைந்தான். இதற்கிடையே தம்பி ஜெய் மல்லும் தன் ஆட்களைக் கொண்டுவர, போரில் சங்கா தன் ஒரு கண்ணை இழந்தான்.

ஒரு கண்ணுடன் தப்பியோடிய சங்கா, ரத்தோர் தலைவர் ஒருவரிடம் அடைக்கலமானான். அவர் தன் உயிரைக் கொடுத்து சங்காவைக் காப்பாற்றினார். 'மஹாராணா' என்ற பட்டம் பெற்று, பின்னாளில் லட்சக்கணக்கான வீரர்களுடன் பாபரை எதிர்க்கப் போகும் சங்கா, ஓர் ஆட்டிடையனுடன் சேர்ந்து ஒரு சின்ன குடிசையில் சிலகாலம் வசித்தான்.

காஷ்மிரின் பிரும்மர தலைவரான கரம் சந்த் அரசாங்கத்தில் இணைந்து நாட்டை நிர்வகிக்க உதவினான். பறவைகள் மொழி தெரிந்த மாரோ என்ற ஆட்டிடையன் பறவைகள் வாயிலாக சங்காவைப் பற்றிய உண்மைகளைக் கண்டு கரம் சந்துக்குத் தெரிவித்தான்.

கரம் சந்த் தன் மகளை சங்காவுக்கு மணமுடித்து அவனைப் பாதுகாத்தார். இடையே சாருணிதேவி ஆலயத்தில் நடந்த சண்டையைக் கேள்விப்பட்ட ரேமல் பிருத்திவியைத் தலைநகரை விட்டு வெளியேற்றினார். வெறும் ஐந்து குதிரைகளுடன் வெளியேறினான் பிருத்திவி.

நடந்த நிகழ்ச்சிகள் வெளியே தெரிய, ஆங்காங்கே கலவரங்கள் நடந்தன, குறிப்பாக மேற்கு எல்லையில். கலவரம் செய்த மீனாக்களை அடக்கி கோத்வார் பகுதியைக் கைப்பற்றினான் பிருத்திவி. இன்னும் சிறு சிறு நகரங்களைக் கைப்பற்றியபின் லக்கா ராணாவின் வாரிசுகளில் ஒருவருடன் கூட்டுச் சேர்ந்து மால்வா சுல்தானின் உதவியுடன் மேவாருக்கு எதிராகக் கிளம்பினான் பிருத்திவி.

'தான்தான் அரியணை ஏறவேண்டுமென்பது விதி' என்று உறுதியாக நம்பிய பிருத்திவி சித்தூரைக் கைப்பற்ற நெருங்கினான். நெருங்கியவனை அவன் மாமா எதிர்கொண்டார். சரித்திரத்தில் பிருத்திவியின் கதை சரியாக ஆவணப்படுத்தப்படவில்லை. ஆனால் சங்காவின் போட்டியிலிருந்து விலக்கப்பட்டான்.

சங்காராம் சங்கா என அழைக்கப்பட்டார். 1509ல் மேவார் அரியணை ஏறினார். மேவார் கிரீடத்தின் மணி எனப் போற்றப்படுபவர். இவர் அரியணை ஏறிய நேரத்தில் எத்தனையோ மகா வம்சங்கள் ஆண்ட டெல்லி அரசு சிதைந்திருந்தது. டெல்லி, பியானா, கல்பி, ஜோன்பூர் அரசுகள் ஆடிப்போய் இருந்தன. மார்வாரும் மேவாருக்குக் கீழாகவே இருந்தது.

80,000 குதிரைகள், ஏழு ராஜாக்கள், ஒன்பது ராவ்கள், 104 ராஜகுல வீரர்கள், 500 யானைகள், ராவல், ராவட்கள் சங்காவின் பின்னால் அணிவகுத்தன. மார்வார், அம்பர் ராஜாக்கள் வணங்கினர். குவாலியர், அஜ்மீர், சிகிரி, ரஸீன், கல்பி, சந்தேரி, பூண்டி, கேக்ரான், ரம்புரா, அபு ஆகிய அரசுகள் சங்காவுடன் இணைந்து பணியாற்றின.

பழையதை மறக்காமல், தனக்கு அடைக்கலம் கொடுத்தவர்களுக்கு மான்யமும் பதவிகளும் வழங்கினார் சங்கா. குடும்பத் தகராறுகள் மறைந்து தெளிவான பலத்துடன் இருந்தார் சங்கா. இவரது படைகள் மால்வா, டெல்லிப் படைகளுடன் 18 முறை மோதின. இரண்டு முறை டெல்லி லோடியுடன் மோதி, இரண்டாவது முறை லோடியின் வாரிசைச் சிறைபிடித்தார்.

வடக்கே பீலாக்கால் என்ற மஞ்சள் ஆறு. தெற்கே மால்வா. மேற்கே மலைத்தொடர் ஆகியவை இவரது எல்லைகளாக இருந்தன. அப்போதைய காலத்தில் இந்துக்களின் ஒருமித்த தலைவராக, தலைக்குப் பின் சக்கரம் இருப்பவர் போலப் பாவிக்கப்பட்டார் சங்கா.

ராணா சங்காவை விவரிக்கும் ராஜபுதன ஆவணங்கள் அவர் நடுத்தர உயரமும், சிவந்த நிறமும் கொண்டவர் என்று சொல்கின்றன. மேலும் மிகுந்த பலமுடையவரென்றும், வழக்கத்துக்கு மாறாகப் பெரிய கண்களையுடையவரென்றும் சொல்கின்றன. சகோதரனுடன் நடந்த போரில் ஒரு கண்ணை இழந்தவர். டெல்லி சுல்தானுடன் நடந்த போரில் ஒரு கையை இழந்தவர். காலில் ஏற்பட்ட காயத்தால் லேசாக விந்தி நடப்பவர்.

பியானா அருகே ரிதம்பூர் இஸ்லாமியத் தலைவனை வீழ்த்தி அங்கே ஒரு நினைவு மண்டபம் கட்டி அதையே தனது வடக்கு எல்லையாக நிர்ணயித்தவர். அவரது காலத்தில்தான் முதன்முறையாகக் காட்டுமிராண்டிகளில்லாத இஸ்லாம் படையெடுப்பு பாபரால் நிகழ்த்தப்பட்டது.

இந்த இடத்தில் சரித்திரத்தை ஆழ்ந்து பார்த்தால் மத்திய ஆசிய நாடுகள் சின்ன சின்ன நாடுகளாகப் பிரிந்து நின்ற இந்தியாவைச் சுலபமாக வென்று ஆக்கிரமித்தன என்பதும், அலெக்சாண்டர் படையெடுத்து வந்தபோது பஞ்சாப் தவிர ஓரளவு பெரிதான வேறு நாடுகளே இல்லை என்பதும், சில இடங்களில் நகரங்கள்கூட தனித் தனியாகச் சுதந்திர நகரங்களாக இருந்தன என்பதும் புலப்படும்..

அப்படி இருந்த சிறிய நாடுகள் மற்றும் நகரங்களைக் கைபற்றிய பெர்ஷியர்கள் அவை செல்வச் செழிப்புடன் இருந்ததாகச் சொல்கிறார்கள். மூன்றாம் நூற்றாண்டில் கிரேக்கர்கள் உட்பட ஐந்து பெரிய ஆக்கிரமிப்புகள் நடந்தன. இதைப் பின்பற்றியே பாபரும் இந்தியாவிற்குள் நுழைந்தார்.

பாபரது படைகள் அளவில் சின்னதுதான். பானிபட் போரில் வெற்றிபெற்ற பாபர், டெல்லியில் தான் ஸ்திரமாக வேண்டுமென்றால் ராஜபுத்திரர்களை வெல்ல வேண்டுமென்பதை உணர்ந்திருந்தார். வாழ்க்கை முழுவதையும் சண்டையிலேயே கழித்த பாபர் நிறையப் போர்த் தந்திரங்களை அறிந்திருந்தார். இந்தியர்களிடம் இல்லாத பீரங்கிப் படைகள் அவரிடமிருந்தன. குறிப்பாக பித்தளையில் செய்யப்பட்ட உறுதியான பீரங்கிகளை உருவாக்கி வைத்திருந்தார். ஆனாலும் ராஜபுத்திர படைகள் தடைகளை உடைத்தெறியக் கூடியவை என்பதும் அவருக்குத் தெரியும்.

இணைந்த அனைத்து ராஜபுத்திர படைகள் சங்காவின் தலைமையில் மேவாரைக் கடந்தபோது பாபரின் முன்னோடிப் படையில் இருந்த வீரர்களின் எண்ணிக்கை வெறும் 1500தான். அவை பியானாவை நெருங்கியபோது அந்த மொத்த படையையும் ஒருவர் விடாமல் துவம்சம் செய்தன சங்காவின் படைகள். பின்னர் பாபர் அனுப்பிய துணைப் படையும் அதே கதிக்கு ஆளாகியது.

இரண்டு தோல்விகளைக் கண்டும் பாபர் துவளவில்லை. காடு, மலை என்று கடினப் பயணம், போராட்டம் நடத்தியே வாழ்க்கையைக் கழித்தவருக்கு இது பெரிய அதிர்ச்சியை அளிக்கவில்லை. பதறாமல் போர் யுக்தியை வகுத்தார். ஆனால் சந்தர்ப்பம், சூழ்நிலை எல்லாம் சங்காவுக்குச் சாதகமாகவே இருந்தன. மொகலாயச் சோதிடன்கூட செவ்வாய் மேற்கிலிருப்பதால் சூழ்நிலை சாதகமில்லை என்று சொல்ல, பதறாமல் அடுத்த 15 நாள் போர் செய்யாமல் பியானாவில் காத்திருந்தார் பாபர்.

படைகளிடையே சுற்றிவந்து அவர்களை உற்சாகப்படுத்தினார். மத நம்பிக்கைகளை ஊட்டினார். நாம் தவறு செய்வதால் பாவிகளுக்கு இறைவன் கருணை புரிகிறான் என்று சொல்லி, மதுப் பானைகளை உடைத்தெறிந்தார் எல்லார் முன்னிலையிலும். இந்தச் சம்பவத்தை பாபர் தனது சுயசரிதையான 'பாபர் நாமா'வில் கவிதையாகச் சொல்லி

இருக்கிறார். கிட்டத்தட்ட ஒரு மாதம் இப்படியே ராஜபுத்திர படைகளுக்கு யுத்தம் இல்லாமல் போக்கு காட்டிய பாபர் ரகசியமாக ஒரு பேச்சுவார்த்தையையும் நடத்தினார்.

ராஜபுத்திர துரோகி ஒருவன், துரோகத்தின் சம்பளமாக கனுவா அருகேயுள்ள மஞ்சள் ஆற்றை மொகலாயர் எல்லையாக வைத்துக்கொள்ள வேண்டுமென்ற நிபந்தனையுடன் பேரம் பேசினான். அவன் வேறு யாருமல்ல, துவார் வம்ச இளவரசன் சிலாதித்தன்தான் அது. அவனை வளைத்த பாபர் அடுத்த நாள் பீரங்கிகளை முழங்க உத்தரவிட்டார்.

அசராத ராஜபுத்திரர்களின் வாட்கள் சுழல, உக்கிரமான போரின் நடுவே இடியென நடந்தது அந்தத் திருப்பம். ராஜபுத்திர படைகளுடன் இருந்து பாபரை எதிர்த்த சிலாதித்தன் படைகள் அப்படியே அங்கேயே அணி மாறி ராஜபுத்திர படைகளைத் தாக்க ஆரம்பித்தன. நம்பமுடியாத குழப்பம். ராஜபுத்திர படைகள் பின்வாங்க ஆரம்பித்தன. எதிர்பாராத இந்தச் சம்பவத்தால் நிறைய உயிர்ச்சேதம் ராஜபுத்திர படைகளுக்கு. சங்கா பின்வாங்கினார். ஆனால் சித்தூருக்குத் திரும்பவில்லை. உடலில் 80 காயங்களைத் தாங்கிய சங்கா, மொகலாயரைத் தோற்கடிக்காமல் சித்தூர் திரும்புவதில்லை என்று சபதம் செய்து போர்க்களக் கூடாரத்திலேயே தங்கினார்.

துரதிர்ஷ்டவசமாக, சபதம் செய்தபின் அதிக நாள் அவர் உயிர் வாழவில்லை. சங்காவின் உயிர் போர்க்களத்திலேயே பிரிந்தது. அவரை பாபரின் ஆலோசனைப்படியோ அல்லது இன்னும் துன்பம் அனுபவிக்க முடியாது என்று எண்ணிய துணைவர்களோ விஷம் வைத்துக் கொன்றதாகச் சொல்கிறார்கள்.

பாபருக்கே சங்காவின் மேல் மிகுந்த மரியாதை இருந்தது. சங்கா தன் வாள் பலத்தால் உயர்ந்தவன் என்று பாபர் குறிப்பிடுகிறார். சங்கா மட்டும் உயிருடன் இருந்திருந்தால் மொகலாய சாம்ராஜ்யம் இந்தியாவில் வேரூன்றியிருக்க முடியாது. சங்காவின் உடல் எரிக்கப்பட்ட இடத்தில் ஒரு சிறிய நினைவகம் இப்போதும் இருக்கிறது.

சங்காவுக்கு ஏழு மகன்கள். முதல் இரண்டு மகன்கள் இறந்துவிட மூன்றாவது மகன் ரத்னா 1530ல் மேவார் அரியணை ஏறினார். தந்தையைப் போலவே போர்க்களத்தையே தன் தலைநகராகக்

கொண்டிருந்தவர். சித்தூரின் வாசல்கள் மூடப்படவே வேண்டாமென்று உத்தரவிட்டிருந்தார். டெல்லியும் முண்டோரும் எப்போதுமே அவரது இலக்குகளாக இருந்தன.

இளம் வயதிலிருந்து தொடர்ந்து சாகசங்களிலே ஈடுபட்டு வந்ததால் ராஜபுத்திரர்கள் மத்திய வயதைத் தாண்டுவதே அபூர்வமாக இருந்தது. ரத்னாவும் அப்படித்தான்.

ரத்னா மூன்றாவது மகனானதால் தான் பட்டத்துக்கு வருவோமென்று நினைத்திருக்கவில்லை. அந்தத் தைரியத்தில் அம்பர் ராஜகுமாரி ஒருத்தியை ரகசியத் திருமணம் செய்திருந்தார். பட்டத்துக்கு வந்தபின் ராஜாங்க உறவுக்காக ஹரா ராஜனின் பூண்டி வம்ச இளவரசியை மணக்க நேர்ந்தது. உண்மை தெரிந்தபின் எழுந்த சர்ச்சையால் ஒருமுறை வசந்தகால வேட்டையின்போது பூண்டி இளவரசனும் ரத்னாவும் மோதிக்கொள்ள, ரத்னா உயிரிழந்தார். அடுத்த ராணா இவரது சகோதரர் பிக்காராம்ஜித். இவர் தனது கடமைகளில் கவனம் செலுத்தாமல் மல்யுத்தங்களிலும் பந்தயங்களிலும் விளையாட்டுகளிலும் தன் நேரத்தைக் கடத்தினார். இவரது கவனக் குறைவால் படைகள் நவீனப்படுத்தப்படவில்லை. படைகளிடையே ஒற்றுமையும் குறைந்திருந்தது.

குஜராத்தின் சுல்தான் பகதூர் இந்த வாய்ப்பை எதிர்நோக்கி இருந்தார். முண்டோர் படைகளையும் சேர்த்துக்கொண்டு மேவாருக்கெதிராகக் கிளம்பினார். தன் ரத்தத்தில் போர் வெறி ஊறிய மேவார், அவரைத் தைரியமாக எதிர்த்தாலும், ராணா சிறுவன் என்கிற பலகீனமும் இருந்தது.

பூண்டியின் ஹராக்களின் படைகளுடன் சோனிகர், அபுக்களும் மேவாருடன் இணைந்திருந்தனர். ராவ் துர்கா, சந்தாவத், டியோத்தா என மொத்த இனங்களும் இணைந்த படைகளின் நிலையில் ஐரோப்பாவிலிருந்து பெறப்பட்ட பீரங்கிகளால் 45 இடங்களில் குண்டுகளால் துளைத்தன சுல்தானின் படைகள்.

ரத்தோர் இன ராணி ஜவஹர் பாய் தானே ஆயுதமேந்திப் போராடி உயிரை இழந்தார். சங்காவின் சிறுவயது வாரிசைக் காப்பாற்ற இனத் தலைவர்கள் கொத்துக் கொத்தாக மடிந்தனர்.

சங்காவின் மகன் உதய் சிங் பூண்டி இளவரசியின் பாதுகாப்பில் வெளியேற, அவன் தாய் கருணாவதி மற்றும் ஹராவின் சகோதரி முதலான 13,000 ராஜபுத்திர பெண்கள் ஜோகர் நெருப்பில் இறங்கினர். உயிரைத் துச்சமென மதித்து நெருப்பில்

இறங்கியும், விஷத்தை அருந்தியும் கிடந்த உடல்களைப் பார்த்து சுல்தான் பகதூர் அதிர்ச்சியில் உறைந்துவிட்டார்.

சித்தூர் எங்கும் பிணக் குவியல்கள். சித்தூரின் கடைசி நாள் வந்துவிட்டதென ஓலங்கள் எழும்ப, ராஜபுத்திர ஆண்கள் 32,000 பேர் உயிரிழந்திருந்தனர். 15 நாட்கள் சித்தூரில் தங்கிய பஹதூரை ஹுமாயூன் எச்சரித்துத் திருப்பியதாகச் சொல்லப்படுகிறது.

வங்காளப் போரிலிருந்த ஹுமாயூனுக்கு ராணி கருணா ராக்கி அனுப்பியதாகவும், தன் சகோதரியையும், தன்னை மாமனாக்கிய மருமகன் உதய் சிங்கையும் காக்க வங்காளத்திலிருந்து அவர் விரைந்ததாகவும் சொல்கிறார்கள். ஹுமாயூன் மட்டும் அந்தச் சமயம் டெல்லியில் இருந்திருந்தால் சித்தூருக்கு அந்தச் சோகம் நிகழ்ந்திருக்காதென்று சரித்திர ஆசிரியர்கள் நம்புகிறார்கள்.

பகதூர் வெளியேறிய உடன் பிக்காராம் மறுபடியும் அரியணை ஏறினாலும் நிலையான ஆட்சி இல்லை. வேறு வழி இல்லாமல் பிருத்திவியின் மகன் பன்பீருக்குச் சிம்மாசனம் கொடுக்கப்பட்டது.

பிக்காராம்ஜித் மறைய, ராணாவான பன்பீர் தான் நிரந்தர ராணாவாவதற்குத் தடையாயுள்ள உதய் சிங்கை அப்புறப்படுத்த முடிவெடுத்தான். குழந்தை உதய் படுத்திருந்த ராவலுக்குள்* நுழைந்தான்.

ஒரு ராணா கொல்லப்பட்டால் அடுத்த ராணாவும் கொல்லப்பட வாய்ப்புகள் உள்ளதென்பதை உணர்ந்திருந்தாள் உதய் சிங்கின் வளர்ப்புத் தாதி. ராஜபுத்திர வளர்ப்புத் தாய்கள் வேலைக்காரிகள் அல்ல, அவர்கள் உயர் குடி ராஜபுத்திர மங்கையர். இப்பணியைப் பெருமையுடன் செய்வர். இந்தத் தாதியின் பெயர் புன்னா (வைரம்).

பன்பீர் நுழையும் நிமித்தங்கள் தெரிந்ததுமே உதய் சிங்கைக் கூடை ஒன்றில் மறைத்து வைத்துவிட்டுத் தன் குழந்தையை உதய் சிங்கின் தொட்டிலில் கிடத்தி பன்பீரை எதிர்பார்த்திருந்தாள் புன்னா.

குழந்தையைக் கொளுத்தும் கொடிய செயலைச் செய்தான் பன்பீர். தன் கண் முன்னே தன் குழந்தை எரிவதைப் பார்த்தும்,

* ராவல் – படுக்கை அறை

ராஜ விசுவாசத்தின் உச்சியில் நின்று அதைச் சகித்தவள், கூடையுடன் வெளியேறினாள்.

நதிக் கரையில் காத்திருந்த சவரத் தொழிலாளி ஒருவனின் உதவியுடன் குழந்தை காப்பாற்றப்பட்டு தியோ சிங்கராவிடம் அடைக்கலமானாள். சிங்கராவின் தந்தை சித்தூரைக் காக்க உயிரை விட்டவர். சில நாட்களிலேயே அங்கிருந்து சித்தூரின் மூத்த குடிமகனின் பாதுகாப்புக்கு மாறி, மறுபடியும் ஆரவல்லி மலைக்கு நகர்ந்து அங்கிருந்த பில்லிகளின் துணையுடன் சில காலம் இருந்தாள் புன்னா.

இறுதிப் பயணமாக ஜைன மத கவர்னரின் இருப்பிடம் சென்று அவரின் மடியில் குழந்தையைக் கிடத்திப் பாதுகாப்பு கேட்டாள் புன்னா. அவர் லேசாகத் தயங்க, அவரது வயது முதிர்ந்த அன்னை, ‘சங்காவின் மகனைக் காப்பாற்று, உனது எதிர்காலம் ஒளிமயமாகும்’ என்று சொல்ல, அவரும் உதய் சிங்கைத் தன் மைத்துனன் என்று சொல்லி வளர்க்க ஆரம்பித்தார். ஏழு வருடங்கள் கடந்தன. ஒருமுறை சோனகர் தலைவர் ஒருவரின் விஜயத்தை உதய் கையாண்ட விதம் அவர் ஆசானின் மைத்துனன் அல்ல என்று உலகத்துக்குச் சொல்லியது.

உண்மை வெளியாக, சங்காவின் புதல்வனைக் காண அக்கம் பக்கத்திலிருந்த தலைவர்களெல்லாம் விரைந்தனர். சந்தா, சந்தாவத், கைல்வாரா, சலும்பரா என அனைத்து இனத் தலைவர்களும் வந்து உதய் சிங்கைக் கண்டு பரவசமடைந்தனர். ராஜபுத்திர மகாசபை கூட்டப்பட்டது.

மூத்த சௌஹானின் மடியில் உதய் அமர்த்தப்பட்டு அனைவருக்கும் உண்மை உரைக்கப்பட்டது. சோனிகர் தன் மகளைத் தாரைவார்த்தார். 500 குதிரைகள், 1000 காளைகள் சீதனமாகக் கொடுக்கப்பட்டன. உடனடியாகப் பாலர் திருமணமும் நடந்தது. சோலங்கி, மால்ஜூர் தலைவர்கள் இருவர் பன்பீருக்குச் சாதகமாக விழாவைப் புறக்கணிக்க, மால்ஜூர் கொல்லப்பட்டார். சோலங்கி சரணடைந்தார்.

தனிமைப்படுத்தப்பட்ட பன்பீர், தன் குடும்பம் மற்றும் சொத்துகளோடு ஓய்வெடுக்க அனுமதிக்கப்பட்டார். அதன்படியே அவர் தக்காணத்துக்குச் சென்றார். அதன்பின் அரசியலுக்கு வரவில்லை. நாக்பூரின் போன்ஸ்லேக்கள் இவர் வழிவந்தவர்கள் என்று சொல்லப்படுகிறது.

சங்காவின் மரணம், ரத்னா பிக்காராம்ஜித்தின் நிலையற்ற தன்மை, பன்பீரின் கோழைத்தனம் எல்லாம் சேர்ந்து சிசோதய வம்சத்தையே லேசாக ஆட்டியது. உதய் சிங் 1541ல் பட்டமேற்க, சங்காவின் புதல்வன் திரும்பி வந்ததால் மக்களெல்லாம் களியுடன் இருக்க, மேவார் மறுபடியும் ஒளி வீசுமென்று அனைவரும் பார்த்திருக்க, அதே நேரத்தில் மொகலாய ராஜ்யத்தை சாம்ராஜ்யமாக்கிய அக்பர் அமர்கோட்டில் பிறந்தார்.

7

பிரதாப் கால அரசியல் பின்னணி

பியானா போரில் எப்படியோ வென்ற பாபர் வெகுகாலம் உயிருடனிருந்து ராஜ்யத்தை ஸ்திரப்படுத்தவில்லை. அவரது மகன் ஹுமாயூனும் அதைத் தொடரவில்லை. 1539ம் வருடம் ஜூன் 23ல் ஷேர்கானுடன் நடந்த கன்னோசிப் போரில் தோற்ற ஹுமாயூன், பெர்ஷியா ஓடி ஒளிய வேண்டி வந்தது.

பல வருடங்களுக்குப் பின் 1554ல் மறுபடியும் இந்தியாவில் நுழைந்தவர், 1556 ஜூன் 19ல் மறுபடியும் சிக்கந்தர் ஷாவை வென்று டெல்லியைக் கைப்பற்றினார். ஆனால் அடுத்த வருடமே ஜனவரி 27ல் மறைந்தார்.

ஹுமாயூன் அகதியாக இருந்தபோது பிறந்த மகன் அக்பர். இவர், போர்த்திறனும் ஆயுதங்களைக் கையாள்வதில் அசாத்திய அனுபவமும் கொண்ட ராமச்சந்திர பார்கவ என்ற ஓர் இந்துப் பிராமண வீரரைச் சமாளிக்க வேண்டி இருந்தது. விக்கிரமாதித்தன் என்ற பட்டத்தைக் கைக்கொண்டு டெல்லியை ஆண்டுகொண்டிருந்த ஹெமுவை பானிபட்டில் நவம்பர் 5, 1556ல் பைராம்கான் துணையுடன் வென்று டெல்லி சுல்தானானார் அக்பர்.

டெல்லியிலிருந்து ஆளவேண்டுமானால் சரியான ராணுவ, சிவில் நிர்வாகத்தை உருவாக்க வேண்டி இருந்தது. கோர் போன்ற காட்டுமிராண்டித் தேசத்தில் மதத்தின் பெயரால் வெறியேற்றி ஆள்வதுபோலப்

பாரதத் துணைக்கண்டத்தை ஆள முடியவில்லை. பாபரும் ஹுமாயூனும் அதில்தான் தோல்வி அடைந்திருந்தார்கள்.

அரசாங்கத்தின் அடிப்படையாக மன்சப்தார் முறையை உருவாக்கினார் அக்பர். 500 குதிரைகள் கொண்ட படையை வைத்திருப்பவர்கள் மன்சப்தார்கள். பாபர் காலத்திலிருந்து வென்ற, கைப்பற்றிய, சமாதானம் செய்த சிற்றரசர்களை எல்லாம் மன்சப்தார்களாக்கி அவர்களது நிலங்களை அவர்களுக்கே வழங்கி, போர் இல்லாத நிர்வாக அணியை உருவாக்கினார் அக்பர்.

இப்படி ராஜா தோடர் மால், ராஜா பகவந்த் தாஸ், ராஜா மான் சிங், ராஜா ராய் சிங் போன்ற ராஜபுத்திர தளபதிகள் அக்பருக்குக் கிடைத்தார்கள். இந்தத் தளபதிகளின் வீரத்தால் பஞ்சாப், மேவாட், ஆல்வார் பகுதிகள் அக்பருக்குக் கிடைத்தன. தொடர்ந்து 1558ல் ஜம்மு காஷ்மிரும், 1559ல் குவாலியரும் அக்பரின் ஆட்சியில் இணைந்தன.

பாஸ் பகதூர் வீழ்த்தப்பட்டு மால்வாவும் டெல்லியுடன் இணைந்தது. அதைத் தொடர்ந்து மால்வா, குஜராத், ஜோத்பூர் ராவ் மால் தேவ், நாக்பூர் ஜித்சன் போன்ற ராஜபுத்திரர்கள் இணைய, 1556ல் அம்பர் தேசத்து ராஜா பார் மால் பணிய, அவரது மகள் அக்பருக்கு மனைவியாகி சலீமின் தாயானார்.

ஜோத்பூரின் ராவ் சந்தார் சென் அக்பருக்கு அடிபணிய மறுத்து சிவானா காடுகளில் தஞ்சம் புகுந்தார். 1568ல் சித்தூர் கைப்பற்றப்பட்டது. 1569ல் பூண்டி வீழ, நத்தன் பூர் கோட்டை அக்பரிடம் ஒப்படைக்கப்பட்டது. தொடர்ந்து ராவ் சுர்ஜின், ராவ் சந்தர், ஜோத்பூர் ராவ் கல்யாண் மால், பிகானீர் ராவ் உதய் சிங் ரத்தோர் ஆகியோர் அக்பரைச் சந்தித்து அவரது அவையில் இடம்பெற்றனர். இவர்களில் இருவர் அக்பருடன் திருமண உறவும் கொண்டனர்.

இதையடுத்து ஜெய்சால்மரின் ராவல் மேவாருடன் நிச்சயித்த திருமண உறவை நிறுத்திவிட்டு, தன் மகளை அக்பருக்குத் திருமணம் செய்வித்து அக்பருடன் இணைந்தார். சரோகி, ஜக்கமல் போன்றோரும் அக்பருடன் இணைந்தாலும் சிலர் இந்த ஏற்பாடுகளை மறுதலித்துக் கானகம் புகுந்தனர்.

அக்பரிடம் எப்போதும் அவருடைய நேரடிச் சேவைக்காக 25,000 வீரர்கள் இருந்தார்கள். இதுபோக அவருடைய

450 மன்சப்தார்களால் அவருடைய படையை எத்தனை பெரியதாகவும் பெருக்கிக் கொள்ளமுடியும்.

அக்பருடைய வருமானம் ஆங்கிலேயக் கணக்குப்படி 32 கோடி பவுண்டு. அந்தக் காலத்தில் எந்த அரசரிடமும் இல்லாத பெரும் தொகை இது. கிட்டத்தட்ட மொத்த வட பாரதமும் - காமரூபத்திலிருந்து அஸ்ஸாம், குஜராத் வரையும், காஷ்மிரிலிருந்து குவாலியர் வரை அவரது கட்டுப்பாட்டிலிருந்தன.

ஜோத்பூர், பிகானீர் ரத்தோர், ஜெய்சால்மர் பட்டிகள், ஜெய்ப்பூர் கச்சவாகாக்கள், சரோசி தியராக்கள், பூண்டி ஹராக்கள், மேவார் சிசோதயர்கள் அனைவருக்கும் அச்சமூட்டுபவராக அக்பர் இருந்தார்.

அக்பரது மன்சப்தார் நிர்வாகம் ராஜபுத்திரர்களுக்கு ஒரு கொடுமையான நடைமுறையாக இருந்தது. அக்பரிடம் இணைந்ததும் முதலில் தங்கள் நிலங்களை - சிலசமயம் முழு நாட்டையுமே அவரிடம் ஒப்படைத்துவிட்டு, பின் அதையே ஜாகிராக அவரிடம் திரும்பப் பெற்றுக்கொள்வது நடைமுறையாக இருந்தது. திரும்பப் பெறும் நிலங்களின் அளவுகள் கூடலாம், சிலசமயம் குறையவும் செய்யும். அக்பரது அவையில் மன்சப்தாரோ அல்லது அவரது மூத்த மகனோ அவரது கண்காணிப்பில் இருக்கவேண்டும். ஜாகிர் பரம்பரை அல்ல. ஜாகிர் உரிமையாளரான சிற்றரசர் இறந்தால் அவரது மகனுக்கே அதைத் திரும்பக் கொடுப்பதா வேண்டாமா என்பதை அக்பரே முடிவு செய்வார்.

சிற்றரசர்களின் படைகள் எப்போது வேண்டுமானாலும் அக்பருக்குச் சேவை செய்ய எங்கு வேண்டுமானாலும் அனுப்பப்படும். பெரும்பாலும் தூரதேசப் பிரச்சனைகளைச் சமாளிக்க அவர்களை அனுப்பிக்கொண்டே இருப்பார் அக்பர். பெரும்பாலான சிற்றரசர்களுடன் கூடுதல் பாதுகாப்புக்காகத் திருமண உறவும் கொண்டிருந்தார் அக்பர்.

மொகலாயர்களின் அடிப்படையை மாற்ற அக்பர் ஒரு முயற்சி செய்தார். அது இஸ்லாமிய இளவரசிகளை ராஜபுத்திரர்கள் மணப்பது. இந்துக்களின் சிவப்பு ரத்தத்தை ஊதாவாக மாற்ற அதுவே சிறந்த வழி என்று அக்பர் எண்ணினார். ஆனால் ராஜபுத்திரர்கள் இதற்கு இசையவில்லை. முஸ்லிம் பெண்களைத் தங்கள் வீட்டுக்குள் அனுமதிப்பது தங்கள் இன, குல அழிவு என்று எண்ணினர் ராஜபுத்திரர்கள். இத்தனை

இருந்தும் மன அழுத்தத்துடன் ராஜபுத்திரர்கள் பெண்வழித் திருமண ஏற்பாட்டை ஒப்புக்கொண்டு தங்கள் பெண்களை அக்பருக்குத் திருமணம் செய்வித்தனர்.

இப்படி ராட்சச பலத்துடன் சிலந்தி வலைபோல முழு வடமேற்குப் பாரத்தைத் தன் கையில் வைத்திருந்த அக்பரிடம் அடிபணியாத ஒரே தேசம் மேவார். மேவார் ராணா உதய் சிங். ராணா சங்காவின் பேரனும், பாரதத்தின் சிங்கமுமான ராணா பிரதாப்பைப் பெற்றவனுமான ஆயிரம் ஆண்டுப் பாரம்பரியமிக்க ராஜபுதன ரத்தம் பாயும் உதய் சிங்கும், அவரது தலைநகரான சித்தூரும் துலுக்கர்களுக்கு அடிபணிய மறுத்தது.

விளைவு, சர்வ பலத்துடன் வழக்கத்தை மீறிப் பெரும் மொகலாயப் படையுடன் அக்பர் தானே மேவாருக்குள் நுழைந்தார். கிட்டத்தட்ட முழு வடமேற்குப் பாரதமும் பணிந்தாலும், சித்தூர் என்ற பிரம்மாண்டமான கோட்டை கம்பீரமாக நிற்க, மேவார் ராஜபுதனம் மட்டும் அக்பருக்கு அடிபணிய மறுத்துத் தனித்து நின்றது.

ஆட்சி, அதிகாரம், பகைமை போக மொகலாய ராஜ்யத்தின் வாணிகம், பீரங்கிகள், வெடிமருந்துகள் உட்பட முக்கிய இறக்குமதி மேவார் வழியே குஜராத் துறைமுகங்கள் மூலமே நடந்தன. அந்த வாணிகத்துக்கும் மேவார் பெரும் தடையாக இருந்தது.

ஆயிரம் வருடச் சரித்திரமும், அதற்கு மேல் புராணத் தொடர்பும் உள்ளதாகக் கருதப்பட்ட மேவார் தன் சுதந்திரத்தை விட்டுக்கொடுக்க முன்வரவில்லை. அடங்காத, அசைக்க முடியாத மேவாரை அடக்கி சித்தூரைக் கைப்பற்ற முடிவுசெய்த அக்பர் பெரும்படையைத் தயார் செய்தார். மேவாரைக் கைப்பற்றும் முயற்சியின் முதற்படியாக 1567ல் மண்டல்கார் கோட்டையை மொகலாயப் படைகள் கைப்பற்றின.

இதையடுத்து சித்தூரில் கூடிய குலத் தலைவர்கள், போர்த் தளபதிகள் மேவார் சுலபமாக வீழும் நிலையில் இருந்ததை ராணாவுக்குச் சுட்டிக்காட்டினர். ஏற்கெனவே 1527ல் ராணா சங்காவுடன் இணைந்து பாபருடன் நடந்த போரில் குலத் தலைவர்கள் பலர் உயிரிழந்திருந்தனர். மறுபடியும் முன்புபோல நேரடியாகப் பொருதினால் அதேபோலப்

பெரு நஷ்டம் ஏற்படலாமென்ற அவர்கள், போர் யுக்தியை மாற்றவேண்டுமென்று அபிப்பிராயப்பட்டனர்.

இளமையும் துடிப்பும் மிக்க இளவரசர் பிரதாப் தன்னிடம் சித்தூரைக் காக்கும் பொறுப்பைக் கொடுக்கும்படி கேட்க, உதய் சிங் அதை ஒப்புக்கொள்ளாமல் அவரை வேறு பத்திரமான இடத்துக்குப் போகக் கட்டளையிட்டார். உதய் சிங்கும் கோகுண்டா அருகிலுள்ள கும்பல்கர்க் மலைக்கோட்டைக்கு இடம்பெயர்ந்தார்.

முழுப் பலத்துடன் பீரங்கிகள், வெடி மருந்துகளுடன் அலைகடலென சித்தூரை நோக்கி மொகலாயப் படைகள் நகர்ந்தன. நான்கு மாதங்கள் மொகலாயப் படைகள் சித்தூரைச் சூழ்ந்து முற்றுகை இட்டன. போரைத் தொடங்கவில்லை.

சித்தூருக்குப் பத்து மைலுக்கப்பால் படைகளை நிறுத்திய அக்பர் சித்தூரை முழுமையாகப் பார்வையிட்டார். பெரும் போர்களில் மேவார் படைகள் சித்தூரை விட்டு வெளியேறித் தாக்கும் என்று கேள்விப்பட்டிருந்த அக்பர், எதிர்த் தாக்குதலை எதிர்நோக்கி ஜாக்கிரதையாக மொகலாயப் படைகள் நகர உத்தரவிட்டார்.

அவர் எதிர்பார்த்ததுபோலக் கோட்டையை நெருங்கும் முன்னே ராஜபுத்திரப் படை ஒன்று வெளியே வந்தது. எதிரே வந்தது ஒரு சின்ன படை. அதுவும் ஒரு பெண்ணின் - ராணா உதய் சிங்கின் காதலியின் - தலைமையில் வந்தது.

அலட்சியத்துடன் அவர்களை எதிர்கொண்ட மொகலாயரின் முன்னணிப் படைகளைத் துவம்சம் செய்தது அந்த அதிரடிப் படை. கிட்டத்தட்ட அந்தப் படையின் அத்தனை வீரர்களும் மடிய, அது தற்கொலைப் படை என்று தெரிந்துகொண்டார் அக்பர்.

அந்தப் படையின் வேகம், ஆவேசம் ஆகியவை அக்பரை அதிரவைத்தன. அடுத்தபடியாக இன்னும் ஜாக்கிரதையாக பீரங்கிகளின் பின்னணியில் உள்ளேயே நுழைய உத்தரவிட்டார் அக்பர்.

கோட்டையை விட்டு வெளியேறியிருந்த உதய், தளபதிகள் ஆலோசனைப்படி கோட்டைக் காவலை ரத்தோர் குல வீரன் ஜெய் மல்லிடம் ஒப்படைத்திருந்தார்.

சூரியவாயில் என்றழைக்கப்படும் வடக்கு வாயிலை மொகலாயப் படைகள் நெருங்க, இடிக்கப்படாமலேயே

அதன் கதவுகள் திறந்து அக்பரை வாவென்று வரவேற்றன. அதன் வாயிலில் நின்ற சந்தாக்களின் தலைவர் இயந்திரம் போல அசையாமல் நின்று தாக்கினார். அவரது ரத்தத்தால் அருகிலிருந்த பலிப்பாறை சிவப்பானது.

அடுத்தது சங்காவின் புதல்வர்கள் என்றழைக்கப்பட்ட ராவத் தோடாவின் வீரர்கள், டெல்லி அரசன் பிருத்திவிராஜ் சௌகானின் வழித் தோன்றல்கள், தோலா, சோனிகர், ஜாலூர், ரத்தோர் குல ஈஸ்வர் தாஸ், குவாலியரின் துவா என்று பெரிய மாவீரர் கூட்டம் மொகலாயப் படைகளை மறித்துக் கொத்துக் கொத்தாக உயிர்விட்டது. உயிர் எடுத்தது.

சந்தாவத் தொடங்கி வரிசையாக 12 குலத் தலைவர்களின் படைகள் வீழ்ந்தன. சூரிய வாசலில் சலும்பரா வீழ்ந்ததும், அடுத்ததாக ரத்தோர் குல பத்தாவிடம் தலைமை மாறியது. பத்தாவின் தாய் தன் மகனின் கையில் வேல் ஒன்றைக் கொடுத்துத் தானும் போரில் குதித்தாள். குதிக்கும் முன் பத்தாவின் தலையில் காவிப் பட்டையைக் கட்டினாள். அதற்கு அர்த்தம் எதையும் சட்டை செய்யாமல் போரிட்டு உயிர் விடலாமென்பது.

நடுவே ஜெய் மல் என்ற ரத்தோர் குல மாவீரன் நம்பமுடியாத சாகசங்கள் செய்து மொகலாயப் படைகளைத் தாக்கியதைப் பார்த்த அக்பர், 4000 பறவைகளை வேட்டையாடிய சிங்ராம் என்ற தன் துப்பாக்கியை எடுத்தார். அதிலிருந்து கிளம்பிய குண்டு அபிமன்யு போல வாளைச் சுழற்றிக்கொண்டிருந்த ஜெய் மல்லின் நெற்றியைத் துளைத்தது.

பத்தா, ஜெய் மல் இருவருமே வீழ்ந்ததால் வேறு வழி இல்லாமல் ராஜபுத்திர படைகள் அடுத்த கட்டத்துக்குத் தயாராக, இரவு நெருங்கியது. அக்பரின் படைகள் அரண்மனையை நெருங்க, ஒன்பது ராணிகள், 5 இளவரசிகள் மற்றும் சிறுவர்கள் ஆகியோர் ஜோகரில் இறங்க, கருக்கலில் ஜோகர் தீயே ஒளியாயிற்று.

அடுத்த பக்கம் 8000 ராஜபுத்திரர்கள் ‘கடைசி பீடா’வை ஒன்றாகச் சுவைத்தனர். காவிப் பட்டையை அணிந்தனர். ‘அழிவின் அழைப்பு’ என்ற கூச்சலுடன் மொகலாயப் படையை நெருங்கினர்.

அக்பரின் படைகள் திகைத்து நிற்க, ‘இறுதி பீடா’வை மென்றபடி காவிப் பட்டையைக் கட்டியபடி நிர்வாணமாக 8000 ராஜபுத்திரர்கள் புயலெனப் புகுந்தனர் மொகலாயப்

படைகளுக்குள். போர்க்களத்தில் அக்பரே சில நிமிடங்கள் திகைத்து நின்றதாகப் போர்க் குறிப்புகள் சொல்கின்றன.

அந்த 8000 பேரும் மடிய, 1568 - ஆதித்த நாளான அன்று கடைசியாக சித்தூருக்குள் சூரியன் தன் ஒளியைப் பாய்ச்சிவிட்டு மறைந்தது. அதன்பின் சித்தூருக்குள் ஒளி புகவே இல்லை. அது நிரந்தர இருளில் மூழ்கியது. நகரெங்கும் அக்பரின் நகராக்கள் முழங்க, கோவில்கள் அழிக்கப்பட்டன.

அரசு பெருமை கூறும் அனைத்து அடையாளங்களையும் அழிக்க அக்பர் உத்தரவிட்டார். நகரின் பெயரை 'அக்பராபாத்' என்று மாற்ற உத்தரவிடப்பட்டது. அந்த உத்தரவை மேவாரின் நாய்கள்கூட மதிக்கவில்லை என்று நாட்டுப்புறப் பாடல்கள் கூறுகின்றன. பெரும் தலைவர்கள் அணியும் வளையங்கள் இறந்த உடல்களிலிருந்து சேகரிக்கப்பட்டன. அதன் எண்ணிக்கை 74.

ஆத்திரம் அடங்காத அக்பர், படை வீரர்கள் அல்லாத, கோட்டையில் அடைக்கலமாகி இருந்த சாதாரண விவசாயிகளையும் கொல்ல உத்தரவிட்டார். ராஜபுதன விவசாயிகள் வேறு வழியில்லாமல் கிடைத்த ஆயுதங்களைக் கொண்டு போராட, 40,000 விவசாயிகளில் 39,000 பேர் உயிரிழந்தனர்.

அக்பரிடம் சித்தூர் வீழ்ந்தபோது ராஜபுத்திரர்கள் காட்டிய பெரு வீரத்தைத் தன்னுடைய 'வீர வினோத்' தொகுப்பில் வரி வரியாகப் பாடியுள்ளார் கவிராஜ் ஷ்யாமளா தாஸ்.

அநியாயத்தின் உச்சமாக சித்தூர்க் கோட்டையின் பெருமை எனப்படும் பெரும் கதவுகளை உடைத்து டெல்லி எடுத்துச் செல்ல உத்தரவிட்டார் அக்பர். ஆசப்கான் என்ற தளபதியை சித்தூரின் கவர்னராக நியமித்துவிட்டு டெல்லி திரும்பினார் அக்பர்.

உதய் சிங்கின் கதி?

அக்பரின் கடலனைய சேனை நகர்ந்து வடக்கு வாயிலில் நுழையும்போதே முக்கியஸ்தர்களின் ஆலோசனைப்படி தெற்கு வாசல் வழியாக, சின்ன காவல் படையுடன் தானும் வெளியேறிவிட்டார் உதய் சிங்.

சித்தூர் அரண்மனையில் மாட்டப்பட்டிருந்த அர்சியின் ஓவியத்திலிருந்த கண்கள் 'இந்துக்களின் புகழ் வெளியேறுகிறதே' என்று சொன்னதாக ராஜபுதனப் பாடல்கள் உள்ளன.

பப்பா ராவலின் கெலோட் வம்சம் தலைகுனிந்ததாகவும், உதய் சிங்கின் பெயர் மகா ராஜபுத்திரர்கள் பட்டியலிலிருந்து நீக்கப்பட்டதாகவும் சொல்கிறார்கள். ஆனால் மேற்கத்திய சரித்திர ஆசிரியர்கள் இதை ஒப்பவில்லை.

உதய் சிங்கின் பின்வாங்கல் ஒரு போர் யுக்தி (starater-gy) என்கிறார்கள். ஒரு கோட்டை வீழும்போது அதை விட்டுவிட்டுப் பாதுகாப்பான இடத்துக்குப் போவதும் பின்னாளில் மறுபடியும் போர் செய்வதும் சகஜமே என்கிறார்கள். உதய் அப்படித்தான் செய்தார்.

தப்பியோடிய உதய் ஆரவல்லி மலைக்கருகே ஏரி ஒன்றை உருவாக்கி, அதற்கு 'உதய் சாகர்' என்று பெயரிட்டார். கோகுண்டா, கும்பல்கர்க் கோட்டைகளின் நடுவே ஆரவல்லி மலையில் 1980 அடி உயரத்தில் உதய் சிங்கின் கோட்டை இருந்தது. அங்கே நோசாகி என்ற சிறிய அரண்மனையையும் கட்டினார். அருகே உருவான நகரம்தான் உதய்ப்பூர்.

கும்பல்கர்க் ராணா கும்பாவால் உருவாக்கப்பட்ட கோட்டை. மேவாரின் இரண்டாவது தலைநகராக இருந்தது. இதை எதிரிகள் அணுகுவதே சிரமம். கோகுண்டா உதய்யின் இரண்டாவது தலைநகராக இருந்தது.

மேவாரின் பெரும்பகுதி நிலம், அரசாங்க பொக்கிஷம் ஆகியவை உதய் சிங்கின் கட்டுப்பாட்டிலேயே இருந்தன. அந்த இரண்டாவது தலைநகரை மேவாரின் தலைநகராக்கி 4 வருடங்கள் வாழ்ந்தார் உதய்.

8

பிரதாப்பின் இளமைக் காலம்

உதய் சிங்கின் 25 புதல்வர்கள், 20 புதல்வியர்களில் மூத்தவர் பிரதாப். பொதுவாக ராஜபுத்திர பட்டது இளவரசர்கள், ராணாவாகும் தகுதியை வளர்த்துக்கொள்ளும்படி ஜாக்கிரதையாக வளர்க்கப்படுவர். சித்தூர் அரண்மனைக்கு வரும் புலவர்கள், தெருப் பாடகர்கள், கல்வியாளர்களின் முக்கியப் பணி பப்பா ராவல் போன்ற ராஜபுத்திர தீரர்களின் சரித்திரத்தை இளவரசர்களுக்குச் சொல்வதுதான்.

ஆதியில் சித்தூரைக் கைப்பற்றி அரேபியர்களைத் துரத்தி, பிற்காலத்தில் பெர்ஷியா, அரேபியா என்று கிட்டத்தட்ட முழு ஆசியாவையும் வென்றவர் பிரதாப்பின் முன்னோர் பப்பா ராவல். இவரே சித்தூரில் சிவனுக்காக ஏகலிங்க ஆலயத்தைக் கட்டியவர். ராமாயணம், மகாபாரதம் போன்ற காவியங்களும் இளவரசர்களுக்கு - குறிப்பாக அடுத்ததாகப் பட்டமேற்கவிருக்கும் பட்டத்து இளவரசர்களுக்கு - கற்பிக்கப்படும். அவர்கள் கடமை தவறாத லட்சிய புருஷர்களாக வளர்வதுடன், இக்கட்டான சூழ்நிலைகளில் போர்க்களங்களில் நிமிர்ந்தும் நிற்பர்.

பிரதாப்புக்கு 17 வயதானபோது கன்வர் பாரமல் குடும்ப இளவரசியுடன் முதல் திருமணம் நடந்தது. இவர் பிரதாப்பின் குழந்தைப் பருவத் தோழியாவார். பிரதாப்புக்குப் பின் ராணாவான அமர்சிங் இவருக்குப் பிறந்தவர்தான்.

மஹாராணா கும்பா கட்டுமானம் செய்த கும்பல்கர்க் கோட்டையிலேதான் பிரதாப்பின் குழந்தைப் பருவம் கழிந்தது.

போர்ச் சூழல், பகைமைகள், பாதுகாப்பு போன்றவை காரணமாக உதய் சிங் தன் பரிவாரங்களுடன் தொடர்ந்து பயணித்துக்கொண்டே இருந்தார். பிரதாப்பும் அவருடனே பயணித்தார். இது அனைத்துக் குல மக்களிடமும் பழக நல்லதொரு வாய்ப்பாக இருந்தது பிரதாப்புக்கு.

குறிப்பாக காடுகளில் வாழ்ந்த பில், சுராசியா மக்களிடம் நெருங்கிப் பழகினார் பிரதாப். பிற்காலத்தில் இந்த நட்பு பிரதாப்புக்குப் பெரும் பாதுகாப்பை அளித்தது. காடுகளில் அரவமில்லாமல் நடக்க, மாறுவேடமிட, விலங்குகளின் சுபாவம், காடுகளில் விளைவதில் எதை உண்ணலாம் எதை உண்ணக்கூடாது போன்ற பல பாடங்களை இவர்களிடமே பிரதாப் படித்தார்.

மறைவான இடங்கள், ரகசியப் பாதைகள், குகைகள், காடுகள் அவருக்குப் பழகின. அத்துடன் பிரதாப் இவற்றைக் கடைசிவரை மறக்காமல் உபயோகித்தார்.

இவை தவிர நல்லொழுக்கம், மதம், சம்ஸ்கிருதம் மற்றும் கணிதம் ஆகியவற்றுடன் சேர்ந்த முறையான கல்வி, ஆசாரம், இசை, கண்காணிப்பு, ஆளுமை, நிர்வாகம், போராளிகளுக்கான விதிகள் போன்றவை பிரதாப்புக்குக் கற்பிக்கப்பட்டன. மேலும், ஆயுதங்கள், குதிரையேற்றம், போர்ப் பயிற்சி, போர் முறைகள், வேட்டைப் பயிற்சி, வாள், வில், ஈட்டி போன்றவற்றிலும் தன்னிகரற்ற வகையில் பிரதாப் தேறினார். வலுவான அதிக எடை உள்ள ஆயுதங்களைத் தாங்கவும், எறியவும் இடைவிடாத பயிற்சி செய்தார்.

குதிரைப் பராமரிப்பு - அந்தக் கால போர் வீரர்களுக்கு முக்கியத் தேவையாக இருந்தது. பிரதாப் அதில் வல்லுநராக இருந்தார். பல குதிரைகளை வளர்த்து உபயோகித்து வந்தார். அவர் பொறுக்கி எடுத்து வளர்ந்த விசேஷ குதிரைக்குப் பெயர் சேத்தக். தனித் தன்மையான குதிரை அது. எதிரிகளை அடையாளம் காணவும், பிரதாப்பின் எண்ணங்களை அறிந்து அதற்கேற்ப நடக்கவும் தெரிந்த குதிரை அது. 'அசுவ சாஸ்திரம்' என்ற குதிரையின் பழக்கவழக்கங்கள், அவற்றை வளர்க்கும், பழக்கும் முறைகள் பற்றி விவரிக்கும் 'சாலிகோத்ரா' என்ற புத்தகம் அந்தக் காலத்தில் பிரபலமாக இருந்தது. அதை முழுமையாகக் கற்றிருந்தார் பிரதாப்.

அரண்மனைச் சிறுவர்கள், பெரியவர்கள் அனைவரும் அதிகாலையில் ஆலயத்துக்குச் செல்வதும், மாலையில் கூடு மண்டபத்தில் கூடி விளக்கேற்றிய பின் பாடங்கள் மற்றும் முன்னோர்களின் வீர வரலாற்றுக் கதைகளைப் பண்டிதர்கள் மற்றும் கதைசொல்லிகள் கூற அனைவரும் கேட்கும் வழக்கமிருந்தது. சில சமயம் அவை நாடகங்களாக நடத்தப்படுவதும் உண்டு.

வெவ்வேறு காரணங்களுக்காக உதய் சிங் தன் இருப்பிடத்தை மாற்றிக்கொண்டே இருக்க, பயண ஏற்பாடுகள், புதிய இடங்கள், அங்குள்ள மக்கள், நடக்கும் விவசாயம், தொழில்கள் போன்ற அனைத்தும் பிரதாப்பை ராஜபுதன மேவார் நிலங்கள், மலைகள், காடுகள், மக்கள் போன்றவற்றை அணு அணுவாக உணர வைத்தன.

இதற்கிடையே உதய் சிங்கின் மனைவிகளில் ஒருவரான தீர்பாய் உதய் சிங்கை ஆட்கொண்டதுடன், மூத்தவரான பிரதாப்பை விடுத்து அவருடைய மகனான ஜக் மல்லை அடுத்த வாரிசாக்கத் தூபமிட்டுக் கொண்டிருந்தார். ஆனால் பிரதாப் தன் வீரம், திறமை, இயல்பு இவற்றின் காரணமாகப் பிரபுக்களின் மனங்கவர்ந்தவராக விளங்கி வந்தார்.

உதய் சிங்கின் அபிமானம் இல்லாததால், சகல வசதிகளுடன் இளவரசர்கள் வளரவேண்டிய குன்வர் படா ராஜ் மஹாலில்* வசிக்காமல், அருகே ஒரு சின்ன கிராமத்தில் பணியாளர்களுடன் உண்டு வசித்து வந்தார்.

அவரது வீரத்தின் அடையாளமாக ஒருமுறை ரத்தோர் சௌகான்களுடன் நடந்த போரில் பெரு வெற்றிபெற்றார். பிரதாப்பின் பல வெற்றிகள் ராஜபுதன ஆவணங்களில் இடம்பெறவில்லை. காரணம், உதய் சிங் காட்டிய பாராமுகமும், அதன் காரணமாக பிரதாப் அரசவைக்கு வருவது அபூர்வமாக இருந்ததுமே ஆகும்.

டில்லி, மால்வா பகுதிகள் குஜராத் வழியே வாணிகம் செய்ய மேவாரைக் கடக்க வேண்டி இருந்தது. டெல்லி, மால்வா சுல்தான்களுக்கும், மார்வார் அரசருக்கும் மேவாருடனான நல்லுறவு தேவையாக இருந்தது.

---

* ராஜபுத்திர இளவரசர்கள் வசிக்க உருவாக்கப்பட்ட பிரத்தியேகமான பகுதி

1557ல் அஜ்மீர் ஹாஜிகான், மார்வாரின் ராவ் மால்டியோ ஆகியோரின் கூட்டுப் படைகளுடன் நடந்த போரில் மேவார் படைகள் தோற்கடிக்கப்பட்டன. அக்பர் ஒரு பக்கம் பகைமையுடன் கறுவிக்கொண்டிருக்க, இந்த மோதலுக்குப் பின் எதிரிகளால் சித்தூர் எந்த நேரமும் தாக்கப்படலாம் என்ற யூகத்தில் புதிய தலைநகரை உருவாக்கத் தொடங்கியிருந்தார் உதய்.

ராணா லக்காவால் உருவாக்கப்பட்ட பிச்சோலா ஏரிக்கரை அருகே உதய் சாகரம் உருவாகத் தொடங்கியது. உதய்ப்பூர் அருகே பெருமளவில் விவசாயம் நடக்கவும், வியாபாரங்கள் வளரவும் வேலைகளைச் செய்ய ஆரம்பித்திருந்தார் உதய். இந்த நிலையில்தான் அக்பரிடம் சித்தூரைப் பறிகொடுத்துப் புதிய தலைநகருக்கு இடம்பெயர்த்தார் உதய்.

அங்கேயே நான்கு ஆண்டுகள் வாழ்ந்தவர் தனது 50வது வயதில் இறந்தார்.

9

ராணாவானார் பிரதாப்

தனது இரண்டாவது தலைநகரில் 1572 பிப்ரவரி மாதம் மகா ராணா உதய் சிங் மறைந்தார்.

ராஜபுத்திர வழக்கத்தை மீறி, மூத்த மகனான பிரதாப்புக்குப் பதிலாக இன்னொரு மகனான ஜக் மல்லைத் தன் வாரிசாக அறிவித்துவிட்டு மறைந்திருந்தார் உதய் சிங்.

மேவார் வழக்கப்படி மன்னர் இறந்தபின் இன்னொரு புதிய மன்னர் பதவி ஏற்கும்வரை அரியணை காலியாக இருப்பதில்லை. இறந்த மன்னரின் உடல் அரச குடும்ப புரோகிதர் வீட்டுக்குச் சடங்குகளுக்காகக் கொண்டுசெல்லப்பட, இங்கே அடுத்த பட்டத்துக்கு உரியவர் மகுடம் சூடிவிடுவார். இந்தப் புதிய மன்னரின் உத்தரவுப்படியே இறந்த மன்னரின் உடல் தகன கிரியைக்கு எடுத்துச் செல்லப்படும்.

அதன்படியே உதய் சிங்கின் உடல் தகனத்துக்கு எடுத்துச் செல்லப்பட, அங்கே கூடியிருந்த குலத் தலைவர்கள், பிரபுக்கள் அனைவரும் ஜக் மல் வராததைக் கவனித்தனர். தலைவர்கள் அனைவருக்கும் மறைந்த ராணாவின் விருப்பமும், ஜக் மல் முடிசூடியதும் தெரிவிக்கப்பட்டது.

பிரதாப்பின் மாமா, "ராஜபுத்திர வழக்கத்தில் இல்லாத இப்படிப்பட்ட அநீதியை எப்படி அனுமதித்தீர்கள்?" என்று குரலெழுப்ப, "நோயுற்ற மனிதன் தன் கடைசி நேரத்தில் குடிக்கப் பால்

கேட்டால் மறுக்கவா முடியும்?" என்று சமாதானம் செய்த பிரபுக்கள், அங்கேயே ஆலோசனைகளை ஆரம்பித்தனர்.

விவாதங்கள் தகன ஸ்தலத்திலே தொடர, ராவத் கிருஷ்ணா தாஸ், ராவத் சங்கா, குவாலியர் ராஜா ராம் பிரசாத் ஆகியோருடன் விவாதித்து எதிர் நடவடிக்கை எடுக்க முடிவு செய்தார் பிரதாப்பின் மாமாவான ஜாலூர் ராஜா ராவ் அக்காய்.

சிற்றரசர்களின் விருப்பமே தங்களுடைய விருப்பமும் என்று பிரபுக்களும் சொல்ல, அனைவரும் அரண்மனைக்குத் திரும்பினர்.

மேவாரை விட்டுச் செல்லும் நோக்கில், பயணத்துக்குத் தயாராகக் குதிரையில் ஏற முயன்ற பிரதாப்பைத் தடுத்து, விவரங்களைச் சொல்லி அவரை அரசவைக்குச் சில பிரபுக்கள் ஒருபக்கம் அழைத்துவர, மற்ற சிற்றரசர்களும் பிரபுக்களும் அரசவையில் நுழைய, புதிதாக மகுடம் சூடியிருந்த ஜக் மல் அரியணையில் அமர முயல, ராவத் கிருஷ்ணாவும் குவாலியர் இளவரசரும் விரைந்து சென்று அரியணையில் அமர முயன்ற ஜக் மல்லை ஆளுக்கொரு தோளைப் பற்றி அகற்றி,

“நீங்கள் தவறு செய்கிறீர்கள் மகராஜ். அந்த இடம் உங்கள் சகோதரருக்கானது” என்றனர்.

இருவரது கரங்களிலும் தோன்றிய வாட்கள், பிரதாப்பை அரியணையில் அமர்த்தின. பிரதாப் அரியணையில் அமர, இருவரும் வாட்களைத் தரையில் தட்டி, “ராணா வாழ்க!” என்று குரலெழுப்பி பட்டாபிஷேக சடங்கைச் சுலபமாக முடித்தனர்.

சடங்கு முடிய, ஆடு ஒன்றைப் பலிகொடுத்து, “இனி மேவாருக்கு நல்ல சகுனம்தான்” என்று சொல்லிக் களியாட்டங்களைத் தொடங்கினர் பிரபுக்கள்.

அடுத்த கட்ட கொண்டாட்டங்களை ஏற்பாடு செய்த ராணா பிரதாப்புக்குத் தெரியும், இதற்குப் பின் ராணாவாகத் தான் இனிக் கொண்டாட்டங்களையோ களியாட்டங்களையோ நடத்தப்போவதில்லை என்று.

மேவாரின் மலர்களை அன்று சூடினாலும், மேவார் அரியணை அன்றைய நிலையில் மலர் மஞ்சமல்ல. மேவாரைக் காத்து அதன் சுதந்திரத்தை நிலைநாட்டும் மிகப் பெரிய பொறுப்பு காத்திருந்தது ராணா பிரதாப்புக்கு.

10

யுத்த முஸ்தீபுகள்

ராணா பிரதாப்பின் பட்டமேற்புக்கு நான்கு வருடங்களுக்கு முன்பே சித்தூரைக் கைப்பற்றியிருந்த அக்பர், மேவாரை நிர்வாகம் செய்ய முயன்றார். நிலங்கள் அளக்கப்பட்டு நாடு 24 மாவட்டங்களாகப் பிரிக்கப்பட்டது. ஒரு வருட விளைச்சல் வரி வருமானம் ரூபாய் 7,51,191 என்று கணக்கிடப்பட்டது.

மோகன், ராம்புரா என்ற இரு மாவட்டங்களையும் இணைத்து இஸ்லாம்புரா என்று மாற்றினர். ஏற்கெனவே சித்தூரை முகமதாபாத் என்று மாற்றக் கட்டளையிட்டிருந்தார் அக்பர். ஆனால், எதுவும் நடக்கவில்லை.

24 மாவட்டங்களில் 7 மாவட்டங்களுக்குள் அரசு அதிகாரிகள் நுழையவே முடியவில்லை. சுரோகியில் உள்நாட்டுக் குழப்பம் ஏற்பட, பிரதாப் தன் பிரதிநிதியாக உறவினர் ஒருவரை அங்கே அனுப்பிக் குழப்பத்தைச் சரிசெய்ய, அக்பர் கொதிப்படைந்தார். அக்பரை அடுத்த நிலைக்குச் சென்றுவிடாமல் தடுத்துச் சமாதானப்படுத்திவிட்டு, பிரதாப்பைச் சந்திக்க விழைந்தார் மான் சிங்.

அந்தக் கட்டத்தில் அக்பரும் அவசரப்படவில்லை. பிரதாப்புக்கும் அவரது நேரடிக் கட்டுப்பாட்டிலிருந்த மேவார் பகுதிகளை, குறிப்பாக மலைப் பகுதிகளைச் சீர்செய்ய வேண்டி இருந்தது. வருமானத்தை வகைசெய்ய வேண்டி இருந்தது. ஆனாலும் ஓர் உறுதியான முடிவுடனே பிரதாப் வேலைகளைத்

தொடங்கினார். அந்த முடிவு ‘என்ன விளைவாயினும் மொகலாயர்களை உயிரினும் மேலான மேவாருக்குள் அனுமதிக்கக் கூடாது’ என்பதுவே.

அதன் முதல் கட்டமாக மேவார் நிலங்களில் விளைச்சலை நிறுத்தக் கட்டளையிட்டார் பிரதாப். மேவாருக்குள் நுழையும் மொகலாயர்கள் அவர்களது உணவுத் தேவைகளை அவர்களே கொண்டுவர வேண்டும் அல்லது மேவார் அல்லாத பகுதியிலிருந்து வரவழைக்க வேண்டும்.

மலைப் பிரதேசம் முழுவதும் பயணம் செய்து இந்த உத்தரவைத் தானே கண்காணித்த பிரதாப், மேவாரின் சுதந்திரத்துக்காக இந்தத் தியாகம் தேவை என்று மக்களுக்கு எடுத்துரைத்தார். மேவார் மக்களுக்கும் படைகளுக்கும் தேவையான உணவுப் பொருட்களை மட்டும் மலைப்பகுதிகளில் ரகசியமாக வைக்க ஏற்பாடுகள் செய்தார்.

அந்த ஏற்பாடுகள், தேவையான இடத்துக்குச் சரியான நேரத்தில் உணவுப் பொருட்களைக் கொண்டுபோதல் போன்ற வேலைகள் துல்லியமாக நடந்து பிரதாப்பின் நிர்வாகத் திறமையை எடுத்துக்காட்டின. மந்திரி ஒருவரிடம் குறிப்பிட்ட கிராமத்துக்கு பிரதாப் வரிவிலக்கு அளிக்க உத்தரவிட, அந்த மந்திரி உடனடியாக அதன் விளைவுகளைக் கணக்கிட்டு, இதனால் இனி அரண்மனையின் தயிருக்குச் சர்க்கரை நிறுத்தப்படும் என்று கூற, பிரதாப்பும் ஒப்புக்கொண்டு தலையசைத்ததாக ஒரு கதை உண்டு. இரவில் எங்கெங்கு விளக்குகள் ஏற்றப்படக்கூடாது என்பதுவரை கணக்கிடப்பட்டு உத்தரவுகள் பறந்தன.

குஜராத் போரை முடித்த அக்பர் அதன் சுல்தான் முசபரைச் சிறையில் இட்டார். அடுத்ததாக அக்பர் மேவாரைத் தாக்குவார் என்று அனைவரும் எதிர்பார்க்க, அவரோ மேவாரின் நெருங்கிய நண்பர்களைக் குறிவைத்தார்.

மான் சிங் இன்னும் மற்ற தளபதிகள் மூலம் பிரதாப்பின் மாமனார் ராஜா நாராயண் தாஸ் மற்றும் டோங்காப்பூரின் ராவல் அஸ்கான் என்ற சிசோதய சகோதரர் ஆகியோரை வழிக்குக் கொண்டுவர உத்தரவிட்டார்.

டோங்காப்பூர் கடும் சண்டைக்குப் பிறகு வீழ்ந்தாலும், ராவல் அஸ்கான் பணிய மறுத்துக் காடுகளில் தஞ்சமடைந்தார். பிரதாப்புடன் நேரடி மோதலை விரும்பாத மான் சிங்

குஜராத்திலிருந்து திரும்பும்போது, சொற்பப் படைகளுடன் வந்து பிரதாப்பின் பேட்டி கோரினார்.

உதய் சாகரில் வரவேற்கப்பட்ட கன்வர் மான் சிங்கிற்குச் சிறந்த விருந்து ஏற்பாடு செய்யப்பட்டிருந்தது. ராணாவின் மகன் அமர் சிங் மான் சிங்கை அழைத்துச் சென்று சகல மரியாதைகளுடன் அமர்த்தினாலும், மான் சிங் எதிர்பார்த்த மரியாதை - ராணாவுடன் உணவு உண்ணுதல் - கிடைக்கவில்லை. 'ராணாவுக்குத் தலைவலி. அதனால் வரவில்லை' என்று சொல்லப்பட்டது.

அம்பர் ராஜபுத்திர குலம் துலுக்கர்களுடன் திருமணம் செய்ததால் ஏற்பட்ட தீட்டால் தான் ஒதுக்கப்பட்டதும், அதனால்தான் ராணா வரவில்லை என்றும் புரிந்துகொண்ட மான் சிங், "ராணாவின் தலைவலிக்கான காரணம் எனக்குத் தெரியும். இப்போது ராணா என்னுடன் தன் உணவுத் தட்டை பகிரவில்லையானால், இனி எந்த ராஜபுத்திரனுடன் உணவருந்துகிறாரென்று பார்க்கிறேன்" என்று முழங்கியபடி உணவை நிறுத்தி எழுந்தார்.

ராஜபுத்திர வழக்கப்படி முதல் கவளம் ஆண்டவனுக்கு என்பதாகக் கையில் எடுத்த உணவை உண்தேவுக்கு (உணவுக் கடவுளுக்கு) இறைத்தவர், எழுந்து நடக்கலானார். வழியனுப்ப வந்த ராணாவைப் பார்த்து, "உங்கள் கர்வத்தை அடக்கவில்லையானால் என் பெயர் மான் சிங் இல்லை" என்றவர் இன்னொன்றும் சொன்னார்:

"உங்களைப் போன்ற ராஜபுத்திரர்களின் மானத்தையும் உயிரையும் இனத்தையும் காக்க நாங்கள் செய்த தியாகங்களின் வெளிப்பாடே எங்கள் சகோதரிகளை, மகள்களைத் துருக்கியருக்கு மணமுடித்தது. இதைப் புரிந்துகொள்ளாத உங்களை இந்த நாடு மன்னிக்காது. மான் சிங்கின் விரோதத்தைச் சந்தித்துக்கொண்டீர்கள்."

புன்னகையுடன் அதைக் கேட்டுக்கொண்ட ராணா, "போய் இதை அக்பரிடம் சொல்" என்றார். அத்துடன் நிற்கவில்லை. கங்கை நீரைக் கொண்டுவரச் செய்து மான் சிங் அமர்ந்த இடத்தைக் கழுவிச் சுத்தம் செய்ய உத்தரவிட்டார்.

பரிமாறிய வெள்ளி மற்றும் தங்க பாத்திரங்கள்கூட குளத்தில் எறியப்பட்டன. மான் சிங்குடன் அமர்ந்திருந்த குலமக்கள்

அனைவரும் தங்கள் உடைகளைக்கூட எறிந்து, நீராடிப் புத்துடை அணிந்தனர்.

அனைத்துத் தகவல்களும் அக்பரை அடைந்தன. இந்தச் சம்பவத்தை அக்பர் வெகுவாக ரசித்திருக்க வேண்டும். இதன் பின்னும் ராணாவை வழிக்குக் கொண்டுவர வரிசையாக அக்பர் தூதர்களை அனுப்பிக் கொண்டேதானிருந்தார். ராஜா பகவந்த் தாஸ், ராணாவின் மாமனார் ராஜா நாராயண தாஸ் ஆகியோர் அதில் அடக்கம்.

மான் சிங்கைவிட இவர்கள் மேல் அதிக கடுமையாகக் கோபம் காட்டிய ராணா, பகவந்த் தாஸுடன் உணவருந்த மறுத்துத் திருப்பி அனுப்பினார். கச்சவாகா தலைவர்களில் ஒருவரும், அக்பரின் நிதி மந்திரியுமான ராஜா தோடர் மால் அடுத்ததாக வந்து தோல்வியுடன் திரும்பினார்.

போன முறை சித்தூரை வென்றிருந்தாலும் அந்தப் பயங்கர அனுபவத்தை மறுபடியும் பெற அக்பர் விரும்பவில்லை. ராஜபுத்திரர்களின் புனித நாடான மேவாரைச் சுலபமாக ஆக்கிரமிக்க முடியாதென்று அக்பர் அறிந்திருந்தார். அத்தனை ராஜபுத்திர ராஜாக்களும் மனத்தளவில் ராணா பிரதாப்பை ஆராதிக்கிறார்கள் என்பதையும் அவர் நன்கு உணர்ந்திருந்தார்.

அவர்களை மனத்தளவில் ராணாவை எதிரியாக நினைக்க வைக்கத்தான் இப்படி மறுபடியும் மறுபடியும் வரிசையாக ராஜபுத்திர ராஜாக்களை ராணாவைச் சந்திக்க அனுப்பிக்கொண்டிருந்தார் அக்பர். (அவர்கள் தோல்வியுடன்தான் திரும்புவார்கள் என்பதை நன்கு அறிந்திருந்தும்.) அப்படித் தோல்வியுடன் திரும்பியவர்கள் அனைவரிடமும் தோல்வி தவிர இன்னொரு ஒற்றுமையும் இருந்தது. அது அவர்கள் ராணாவின் மேல் வைத்திருந்த மதிப்பு. அது உயர்ந்துகொண்டேதான் போனது என்பதை அக்பர் உணரவில்லை.

இவ்வாறு அனைத்து முயற்சிகளும் தோல்வியடைய, மேவாரின் மேல் மறுபடியும் படை எடுப்பது என்று அக்பரும், எத்தனை செல்வங்கள் வசதிகள் அளித்தாலும் ஏற்பதில்லை, மேவாரின் சுதந்திரத்தைக் காக்கப் போரிட்டு மடியத் தயார் என்று ராணாவும் முடிவெடுத்துவிட்டார்கள்.

அக்பரின் கடைசித் தூதரான ராஜா தோடர் மால் திரும்பிய வருடம் 1573. அடுத்த வருடம் அக்பர் படைகளை அனுப்ப

முடியாதபடி காபூலில் பிரச்சனைகள் ஆரம்பமாக அக்பர் அங்கே கவனம் செலுத்த வேண்டி வந்தது. போதாததற்கு ராஜபுதனத்திலும் ஏற்கெனவே அக்பருக்குக் கட்டுப்பட்டிருந்த சிலர் அக்பரை எதிர்த்துச் சுதந்திரக் கொடியை உயர்த்தினார்கள்.

ராவ் சந்தர் சென் ஜோத்பூர், ராவ் மேக்ராஜ் மஹோபா, ராவ் சுர்தன் சரோகி என்ற இந்த மூன்று பேரும் அக்பரை எதிர்க்க, பிரதாப்பும் இவர்களுக்குத் தேவையான உதவிகள் அளிக்க, ராஜபுதனமே கைவிட்டுப் போனதுபோல் ஆனது அக்பருக்கு.

எனினும் அவர்கள் இணைந்து போராடாததால் ஒவ்வொருவரையும் தனித் தனியாக முறியடிக்க முடிந்தது அக்பரால்.

ஜோத்பூர் மன்னர்,ராவ்மேக்ராஜ்இருவருமேதோற்கடிக்கப்பட்டு அக்பரின் அவை உறுப்பினர்களாக ஆக்கப்பட்டனர். சிவானாவின் சந்தர் சென் சுலபமாகப் பணியவில்லை. அவரது அதிரடித் தாக்குதலில் அக்பரின் படைகள் திணற, அஜ்மீரிலிருந்து பெரும் படைகள் உதவிக்கு விரையவேண்டி வந்தது. ராணாவின் படைகளும் சிவானி எல்லைக்கு விரைய, மொகலாயப் படைகள் திணறின. நம்பமுடியாதபடி இரண்டு வருடங்கள் தொடர்ந்த முற்றுகைக்குப் பின் சிவானி வீழ்ந்தது.

இடையே மேவாரில் சித்தூர் தவிர பிற பகுதிகளைத் தன் கட்டுப்பாட்டில் கொண்டு வந்திருந்தார் ராணா. கும்பல்கர்க் என்ற மலைத் தளத்திலிருந்து ராணாவின் உத்தரவுகள் பறக்க, ராஜபுதனமே மொகலாய எதிர்ப்புத் தயாரிப்புகளில் மூழ்கியது.

1576 ஏப்ரல் 3ல் கன்வர் மான் சிங்கை மேவார் படையெடுப்பின் தலைவராக அக்பர் நியமித்தார். ஆசப்கான், சையத் ஹசிம் பர்க்கா, ராஜு, சையத் அமத், ராஜா ஜெகநாத், கச்சவாகா மேதர் கான், ரத்தனபூர் தளபதி, கச்சவாகா ராய் லூன் கரன் ஆகியோர் மான் சிங்கின் தளபதிகளாக நியமிக்கப்பட்டனர். ராணாவின் சகோதரர் சகத் சிங்கும் அனுப்பப்பட்டார்.

முன்பொரு முறை பிரதாப்புக்கும் சகத் சிங்கிற்கும் வாய்ச் சண்டை முற்ற, இருவரும் ஆயுதங்களை எடுக்க, தடுக்க வந்த குடும்பப் புரோகிதர் சகத் சிங்கின் ஈட்டிக்கு இரையானார். பிராமண தோஷம் பீடிக்க சகத் சிங் மேவாரை விட்டு வெளியேற நேர்ந்தது. கோபத்துடன் வந்த சகத் சிங்கை

அக்பர் அரவணைத்து, ஜாகிர்கள் கொடுத்துத் தன்னுடன் சேர்த்துக்கொண்டார்.

ஏப்ரல் 3, 1576ல் அஜ்மீரிலிருந்து கிளம்பிய மான் சிங், அங்கிருந்து 70 மைல் தொலைவிலிருக்கும் மண்டல்கார் என்ற இடத்தில் தங்கிப் பிற இனத் தலைவர்களுடன் இணைந்து படைப் பெருக்கம் செய்ததுடன், உணவு மற்றும் பிற தேவைகளையும் சேகரித்துக்கொண்டார். இந்தத் தயாரிப்புகளுக்கு இரண்டரை மாதங்களாயின.

அந்த இடம் பானஸ் நதிச் சமவெளியில் இருந்தது. மான் சிங் ராஜபுதனத்தின் பூகோளத்தை நன்கு அறிந்தவர். அதற்கேற்ப அவரது ஆயத்தங்கள் இருக்க, அவரது ஏற்பாடுகள் மற்றும் தயாரிப்புகளை அறிந்திருந்த ராணா பிரதாப் தானும் ஏற்பாடுகளில் இறங்கினார்.

ராஜபுத்திர அன்னைக்குப் பிறந்த, ஆயுதம் எடுக்கவல்ல அத்தனை ராஜபுத்திர புதல்வர்களுக்கும் அழைப்பு விடுத்தார். பில்லிகள் என்ற பழைமையான போர்த் தந்திரங்கள் கொண்ட வனவாசிகள் தங்களுடைய ஆயுதங்களுடன் இணைந்தபோதும் படைவீரர்களின் எண்ணிக்கை மூவாயிரம்தான்.

மொகலாயப் படைகளை மலைப் பிரதேசத்துக்கு இழுத்து, பில்லிகளின் துணையோடு இரண்டு பக்கமும் தாக்கி, அவர்களைத் திரும்பிப் போக முடியாமல் செய்யலாம். ஆனால் மொகலாயப் படைகளை மலைப் பிரதேசத்துக்கு அழைப்பது எதிர்காலத் தாக்குதல்களுக்கு அவர்களை மலைப் பிரதேசத்துக்குப் பழக்கிவிடும் என்பதால் அதைச் செய்யவில்லை ராணா.

உண்மையில் கச்சவாகா மான் சிங் மண்டல்காரில் தண்டு இறங்கியிருந்தபோதே அங்கு சென்று தாக்க விரும்பினார் பிரதாப். ஆனால் அஜ்மீர் மிக அருகில் இருந்ததால் உதவிக்கு எத்தனை பெரிய படைகளையும் அக்பரால் உடனடியாக அனுப்ப முடியும் என்பதால் அதைத் தவிர்த்தார்.

இன்னொருமுறை மான் சிங் 1000 வீரர்களுடன் லோசிங் என்ற இடத்தில் வேட்டையாடும்போது இரவோடு இரவாக அவர்களை வாட்களுக்கு இரையாக்கி இருக்கலாம். ஆனால் பிடா ஜாலா என்ற குலத்தலைவர் அது ராஜபுத்திர குலத்திற்கு இழிவு என்று தடுத்துவிட்டார்.

இறுதியாக 1576 ஜூன் மாதம் 21ம் தேதி, பூமியெங்கும் மஞ்சள் நிறத்தில் இருப்பதால் ஹால்டிகாட் என்று அழைக்கப்படும் பள்ளத்தாக்கைக் கடந்து, கம்னூர் என்ற கிராமத்தின் சமவெளியில் இரண்டு படைகளும் நேருக்கு நேர் சந்திக்க, மேவார் மட்டுமல்லாமல் ராஜபுத்திர குடும்பங்கள் அனைத்தும் வாழ்நாளெல்லாம் பூரிக்கும்படியான சரித்திரப் பிரசித்திபெற்ற 'ஹால்டிகாட் யுத்தம்' நடைபெறும் நாளை எதிர்நோக்கிச் சூரியனும் உதித்தான்.

11

ஹால்டிகாட் பெரும் போர்

மொகலாயப் படைகளின் முன்னணியில் மான் சிங்கின் மாமா ராஜா ஜெகநாத் நிற்க, அவருடன் சையத் ஹக்கீம் என்ற மொகலாயத் தளபதி நின்றிருந்தான் - முதல் தாக்குதலைச் சமாளிக்க.

வலப்புறம் பல வெற்றிகளைக் கண்டிருந்த சையத் அஹமது கான், இடப்புறம் காஷி கான் ராய் லுன் கச்சவாகா. நடுவே மான் சிங் அவரது புகழ்பெற்ற யானையில் வீற்றிருந்தார். மேதார் கான், ராய் மாதோ சிங் ஆகியோர் பின்னால் நின்றிருந்தார்கள்.

ராணாவின் படைகள் கணவாயைக் கடந்து முன்னேற, சுலபமான அந்தக் குறுகிய வாயில் முன்னே சென்று தாக்க மான் சிங் துணியவில்லை.

ராணாவின் அணி இன்னும் சிறப்பாக அமைக்கப்பட்டிருந்தது. இடப் பக்கம் குவாலியர் ராஜா ராம் ஷா. மான் சிங் ஜாலா, மான் சவ் சங்கேராவுடன் அதே இடப் பக்கம். ஆச்சரியமூட்டும் விதமாக முன்னணியில் ஹம்மிம் சூர் பதான் என்ற இஸ்லாமியத் தளபதி. அவருடன் சந்தாவத் கிருஷ்ணா தாஸ், ராம் தாஸ் மற்றும் பீம் சிங்.

சந்தாவத்கள் ராஜபுத்திர படையில் முன்னணியில் கொடிபிடித்து எதிரிகள் மேல் முதல் தாக்குதல் தொடுத்து உயிர்விடும் உரிமையை, எப்போதும் விட்டே கொடுக்காத பரம்பரை.

ராணா பிரதாப் நடுவில் நிற்க ராணா புஞ்சா, புரோகிதர் கோபிநாத், மேத்தா ரத்தன் சன் ஆகியோர் அருகில் நின்றிருந்தார்கள்.

சாஸ்திரீய ரீதியாக அணிவகுக்கப்பட்டிருந்த ராஜபுத்திர படைகள், சாஸ்திரத்தை மறந்து மூர்க்கத்தனமாக வெகு வேகமாக மோதின. மேடு பள்ளங்கள், முட் செடிகளுடனிருந்த அந்த இடத்தில் வேகத்தை எதிர்பாராத மொகலாயப் படைகள் அதிர்ந்து நின்றன.

பழங்குடியினருக்கே உரித்தான போர்க் கூச்சலுடன் இடது, வலது என்று தாக்கின முன்னணிப் படைகள். பத்து வருடங்களாக அகப்படாத மொகலாயப் படைகள் நேரடியாகக் கிடைக்க, ராஜபுத்திர படைகளின் வெறித் தாக்குதலில் அவை நிலைகுலைந்து பின்வாங்கின.

ராஜபுத்திர படைகளின் நடுவே சூரிய தங்க மகுடம் மின்ன, யானையின் மேல் அமர்ந்திருந்த ராணாவின் ஈட்டி உத்தரவுகள் பிறப்பித்தபடியே சுழல, மொகலாயப் படைகளின் நடுப்பகுதியைக் காத்துநின்ற காஷி கான் வாளால் தாக்கப்பட்டுத் திரும்பி ஓடினான்.

உச்சிக்கு வந்த சூரியன் சுட்டெரிக்க, பதற்றத்துடன் மொகலாயப் படைகள் வீசிய அம்புகள் பல மொகலாயப் படைகள் மேலேயே விழுந்தன. மொகலாய அம்புகள் தங்கள் மீதே விழுந்ததைச் சுட்டிக்காட்டிய மொகலாய ராஜபுத்திர வீரனிடம், “எப்படியானாலும் அது இஸ்லாமுக்கு நல்லதே” என்று இஸ்லாமியத் தளபதி பதில் கூற, மொகலாய ராஜபுத்திர படை லேசாகக் கலகலத்தது.

இடப்புற மற்றும் வலப்புற மொகலாயப் படைகள் போர்க்களத்திலிருந்து 12 மைல் பின்வாங்கி ஓடின. நடுவிலிருந்த மொகலாயர்களை ராணாவின் வாள் பிரிவும் ஈட்டிப் பிரிவும் தொடர்ந்து தாக்கின.

ராஜபுத்திர படைகளின் நடுவே ஒளிவீசும் சூரிய மகுடத்துடன் ராணா நின்றது ராஜபுத்திர வீரர்களுக்கு எல்லையற்ற உற்சாகத்தை அளித்தது. இந்தக் கட்டத்தில் ராணாவின் படைகள் வெற்றிபெற்றுவிட்டன.

கரடுமுரடான அந்த நிலத்தில் சாஸ்திரீயத் தாக்குதல் முடிய, பில்லிகள் கற்களை வீசத் தொடங்கினர். கிட்டத்தட்ட முழு

மொகலாயப் படைகளும் பின்வாங்கி ஓடும் கட்டம். இந்த நேரத்தில் ஒரு திருப்பம்.

மொகலாயப் படைகள் கலகலத்திருக்க, மான் சிங்கிற்குப் பின்னால் நின்றிருந்த மேதர் கான், மொகலாயப் படைகள் ஓடுவதைத் தடுக்க 'அக்பர் வருகிறார்' என்பதைக் குறிக்கும் பிரத்தியேக முரசுகளை ஒலித்தபடி முன்னணிக்கு வந்தான்.

அந்தச் செயல், அக்பர் வந்தால் பெரும் படையுடன்தான் வந்திருப்பார் என்ற நம்பிக்கையில், ஓடிய மொகலாயப் படைகளைத் திரும்பி மறுபடியும் போரிட வைத்தது.

இரண்டு பக்க யானைப் படைகளும் பொருத, மொகலாயர்களின் அம்பு மழையில் ராணாவின் யானை தாக்கப்பட்டு, அதன் பாகன் கீழே விழுந்தான். யானையும் வீழ்த்தப்பட்டது. யானை வீழ்ந்தாலும் அசராத ராணா தன்னுடைய சேத்தக் என்ற குதிரையில் ஏற, அவரது வாளும் வேலும் மாயாஜாலங்கள் புரிந்தன.

ராணாவின் கண்கள் மான் சிங்கிற்காக அலைய, இறுதியில் படைகளின் மத்திய பகுதியில் பெரும் பாதுகாப்புடன் இருந்த மான் சிங்கை நெருங்கினார் ராணா.

மொகலாய யானைப் பாகன் வழிநடத்த யானையில் அமர்ந்திருந்த மான் சிங்கைக் கண்டதும் சேத்தக் தன் இரு கால்களையும் தூக்கி யானையின் தலையில் வைக்க, ராணாவின் ஈட்டி மின்னலெனப் பாய்ந்தது மான் சிங்கை நோக்கி.

கேடயமோ கவசமோகூட ராணாவின் ஈட்டிக்கு முன்னால் நிற்காது என்பதைத் தெரிந்திருந்த மான் சிங் குனிந்து மாவுத்தனின் பின்னால் மறைய, மாவுத்தனின் இரும்புக் கவசத்தை மீறி ஈட்டி துளைக்க, மாவுத்தன் உயிரற்றுக் கீழே விழுந்தான்.

மொகலாய யானை சேத்தக்கைத் தாக்கி அதன் கால்களைச் சேதப்படுத்தியது. ராணா மொகலாயப் படைக்குள் வெகுதூரம் உள்ளே வந்துவிட, அவரது மெய்க் காவலர்களைவிட மூன்று மடங்கு அதிக எண்ணிக்கையிலான மொகலாய வீரர்கள் ராணாவைச் சூழ்ந்தனர். துடித்தெழுந்த மான் ஜாலா ஹதாஹதம் செய்தபடி ராணாவை நோக்கி வந்தான்.

இதற்கிடையே மற்றொரு பக்கம் குவாலியர் ராஜா ராம் ஷா அதிசயங்களை நிகழ்த்திக் கொண்டிருந்தார். அவரை நெருங்கிய மொகலாய வீரர்கள் சரம் சரமாக வீழ்ந்து கொண்டிருந்தார்கள். அவரும், அவரது மகன்கள் மூன்று பேரும் பெரு எண்ணிக்கையிலான மொகலாயர்களைக் கொன்றபின் வீர மரணமடைந்தனர். சித்தூர் போர்ப் புகழ் ஜெய் மல்லின் மகன் ராம் தாஸ் ரத்தோரும் உயிரிழந்தார்.

சுற்றிலும் மொகலாயப் படைகள் சூழ, பெரும் ஆபத்திலிருந்து ராணாவை அவரது வாளும் புகழ்பெற்ற அவரது ஈட்டியும் காத்தன. ஆனாலும் சேத்தக் காயம்பட்டிருக்க, தொடர் போராட்டத்தில் ராணாவின் கரமும் சளைக்க ஆரம்பித்தது. ராணாவின் உருவமும் அவர் அணிந்திருந்த சூரிய மகுடமும் அவரைத் தனித்து அடையாளம் காட்ட, மேலும் மேலும் மொகலாயப் படைகளும் தளபதிகளும் அவரைச் சூழ ஆரம்பித்தனர்.

உள்ளே புகுந்த ஜாலா, ராணாவின் உயிரில் ராஜபுத்திரர்களின் சுதந்திரம் இருப்பதாகச் சொல்லி ராணாவை வெளியேற வற்புறுத்த, சிசோதய வம்ச சூரிய குல மகுடம் தரித்த தான் வெளியேறுவது நடக்காது என்று ராணா மறுக்க, ராணாவின் மகுடத்தை உருவித் தான் அணிந்துகொண்டு, பவானியின் மேல் ஆணையிட்டு வெளியேற வேண்டினான் ஜாலா.

சேத்தக்கும் ராணாவைச் சுமந்தபடி வெளியே பறக்க, ராணா என்று எண்ணிச் சூழ்ந்த மொகலாயர்களைச் சரம் சரமாக வெட்டி வீழ்த்தியபடியே மரணமடைந்தான் ராணா வேடத்திலிருந்த ஜாலா. இதில் இன்னொரு துணைச் சம்பவமும் உண்டு.

மான் சிங் மட்டுமல்லாமல் எந்த ராஜபுத்திர வீரனையும் தளபதியையும் அக்பர் முழுமையாக நம்பியதில்லை. ராஜபுத்திரர்கள் யாராயினும் ராணா பிரதாப்பை நேரடியாகப் பார்த்தால் வாளை உருவாமல் தலையைத் தாழ்த்திவிடுவார்கள் என்று அக்பருக்குத் தெரியும். அதனால் படைகளுடன் இரண்டு ஆப்கானியத் தளபதிகளையும் அனுப்பியிருந்தார். அவர்களுக்கு இடப்பட்ட ஒரே வேலை பிரதாப்பின் தலையை எடுப்பது.

அந்த இருவரும் ராணாவின் தலையை மட்டுமே தொடர்ந்து கொண்டிருந்தார்கள். ராணாவைப் பெரும்படை சூழ, முண்டியடித்து முன்னால் வந்த அவர்கள் இருவரும் ராணாவின் தலைப்பாகை மாறியதைக் கவனித்தார்கள். பெரும் கூச்சலுடன் அவர்கள் இதைச் சொல்ல, அவர்களது ஆப்கானிய மொழி யாருக்கும் புரியவில்லை. கீழே வீழ்ந்த ஜாலாவின் முகத்தைப் பார்த்ததும் ராணா வெளியேறியது தெரியவர, களைப்படைந்திருந்த மான் சிங்கும் யுத்த நிறுத்தம் செய்தான்.

20,000 ராஜபுத்திர படைவீரர்களில் *8,000* ராஜபுத்திரர்களே மிஞ்சினர். எஞ்சியவர்கள் அருகிலிருந்த காடுகளில் புக, மொகலாயப் படைகளின் சேதம் அறிவிக்கப்படவில்லை.

அந்த இரண்டு ஆப்கானியத் தளபதிகளும் ராணாவைத் தொடர்ந்து விரட்டிச் செல்ல, பாய்ந்தோடிய சேத்தக் அகலமான கால்வாய் ஒன்றைத் தாண்டிக் கால்களை உடைத்துக்கொண்டு கீழே விழுந்தது. ராணாவைத் துரத்தி வந்தவர்கள் அந்தக் கால்வாயை நீந்தி அடுத்த பக்கம் வரச் சிறிது நேரமாக, அதற்குள் இவர்களைத் தொடர்ந்து ஓடிவந்த ராணாவின் சகோதரனான சகத் சிங் அங்கு வந்துவிட்டான்.

சேத்தக் வீழ்ந்ததைக் கண்டு மனமுடைந்த ராணா, நடப்பது நடக்கட்டுமென்று இறந்து கிடந்த சேத்தக்கின் அருகே அமர்ந்திருக்க, சகத் சிங் வாளை உருவி அந்த இரண்டு ஆப்கானியத் தளபதிகளைத் தாக்க, ஆச்சரியத்துடன் எழுந்த

ராணாவும் அவன் உதவிக்கு வர, இரண்டு தளபதிகளும் மேலுலகம் சென்றனர்.

ராணாவை நோக்கிக் கண்ணீருடன் தலைவணங்கிய சகத், தன்னுடைய குதிரையை அவருக்கு அளித்துத் திரும்பினான். இந்த விவரங்கள் தெரிந்தும் மான் சிங் எதுவும் சொல்லவில்லை. சகத் சிங்கைப் படைகளில் இருந்து விடுவித்து ராஜபுதனத்துக்குத் திருப்பி அனுப்பிவிட்டான்.

எந்தப் பக்கம் வெற்றி என்று சொல்ல முடியாமல் முடிந்த ஹால்டிகாட் போர் ராஜபுதனச் சரித்திரத்தையே மாற்றியது. 'மாபெரும் மொகலாயப் படைகளை ராணா சந்திக்கிறார்' என்ற தகவலே மேவார் மக்களைப் புளகாங்கிதமடைய வைத்தது.

ராணா மார்வார், அம்பர் குலங்களின் துணை இல்லாமல் தனியாக மோதியது அவர் மீது மக்களின் மதிப்பைப் பன்மடங்கு அதிகரிக்கச் செய்தது.

சேத்தக் யானையின் மேல் ஏறியது, சேத்தக் அகலமான கால்வாயைத் தாண்டி ஓடியது, மகா ராணா - சகத் சிங் சந்திப்பு என அனைத்து நிகழ்ச்சிகளும் ராஜபுதனத் தெருப் பாடகர்களால் பாடப்பட்டு நாடெங்கும் பரவின. வீடுகள்தோறும் இவற்றை விவரிக்கும் ஓவியங்கள் இடம்பெற்றன.

அதேசமயம் அரசியல் வரலாற்று ரீதியாகப் பார்த்தால், யுத்தத்தில் வெற்றி. உண்மையில் இந்த யுத்தத்துக்குப் பின் மொகலாயர்களுக்கு மகாராணாவின் மீதான பயம் இன்னும் அதிகரித்தது.

ராஜபுத்திரர்களைப் பொறுத்தவரை அவர்களுக்கு யுத்த முடிவு அணுவளவும் சோர்வையோ, தோல்வி என்ற எண்ணத்தையோ கொடுக்கவில்லை. எதிரிக்குப் பெரும் சேதத்தை விளைவித்துவிட்டு யுத்தத்தை நிறுத்தியதாகத்தான் எண்ணினார்கள் ராஜபுத்திரர்கள்.

களைத்திருந்த சேனையை ஒருமுகப்படுத்தி, கோகுண்டா கடந்து, மஜேரா என்ற கிராமத்தில் தங்கிய ராஜபுத்திர படைகள், எதிரிகளின் அடுத்த கட்ட நடவடிக்கைக்காகக் காத்திருந்தார்கள்.

பின்னடைவைத் தோல்வி என்றே நினைக்காத ராஜபுத்திரர்கள், இதனால் எக்காரணம் கொண்டும் மொகலாயர்களை மேவாருக்குள் அனுமதிக்கக் கூடாது என்று முடிவுசெய்தார்கள்.

12

ஹால்டிகாட்டின் எதிர்வினை

ஒரேவொரு நாள் ஓய்வுக்குப் பின் ஜூன் 23ம் தேதி மான் சிங்கின் படைகள் கோகுண்டா கோட்டையில் நுழைந்து கோட்டையை வசப்படுத்தின. உண்மையில் அந்தக் கோட்டை ராஜபுத்திரர்களால் கைவிடப்பட்டு வெறுமையாகவே இருந்தது. சில வீரர்களும், புரோகிதர் ஸ்ரீ சன் மற்றும் அவர் உதவியாளர்களும் மட்டுமே அங்கே தங்கியிருந்தனர்.

வெறும் இருபது வீரர்களுடனிருந்த கோகுண்டா கோட்டைக்குள் மொகலாயப் படைகள் நுழைய, அந்த இருபது பேரும் கடைசிவரை போராடி உயிர்விட்டனர். மொகலாயப் படைகள் அவர்கள் தலையைச் சீவிக் கோட்டையில் நிலைபெற்றது.

பொதுமக்களைத் துன்புறுத்தக் கூடாது என்று மான் சிங் உத்தரவிட்டிருக்க, ராணாவின் படைகள் சாலைகளையெல்லாம் துண்டித்திருக்க, மொகலாயப் படைகள் உணவுக்கே தவிக்க ஆரம்பித்தன.

மேவார் கோட்டைகள் வலுவானதாக, பாதுகாப்பாக, சுலபத்தில் யாரும் அணுகமுடியாத உயரங்களில் அமைந்திருந்தாலும், அவற்றின் பலத்தையும் பலகீனங்களையும் ராணா, மான் சிங் இருவருமே அறிந்திருந்தனர்.

சாதாரணமாக ஒரு கோட்டை முற்றுகை இடப்பட்டால் அந்தக் கோட்டை அதிக மக்கள்தொகை, உணவுத் தட்டுப்பாடு, சுகாதாரப்

பிரச்சனை போன்றவற்றில் சிக்கும். ஆனால் இங்கே முற்றுகை இட்டுக் கோட்டையைக் கைப்பற்றிய படைகள் இந்தப் பிரச்சனையைச் சந்தித்தன.

எந்த நேரத்தில் ராணாவின் படைகள் தாக்குமோ என்ற கிலியிலேயே ஒவ்வொரு இரவும் கழிந்தது மொகலாயப் படைகளுக்கு.

ராணாவைப் பற்றி நன்கு தெரிந்திருந்த மான் சிங், எந்த நேரமும் ராணாவின் படைகள் கோட்டையைத் தாக்கலாம் என்று எதிர்நோக்கி இருந்தான். கோட்டைக்கு முன் பெரிய அகழி போன்ற நீண்ட குழி வெட்டிப் புதிதாகச் சுற்றுச் சுவர் ஒன்று எழுப்பி, கூடுதல் பாதுகாப்பு செய்துகொண்டான். அந்தச் சுவர் மேவார் குதிரைகள் தாண்ட முடியாத உயரத்தில் கட்டப்பட்டது.

அந்தக் கோட்டைக்குள்ளே கிட்டத்தட்ட ஒளிந்திருந்த மொகலாயப் படைகள், ராணா இருப்பதாக ஊகிக்கப்பட்ட பக்கத்திலிருந்த மலைப் பகுதிகளுக்குச் செல்லத் துணியவில்லை.

சுற்று வட்டாரமெங்கும் ராணாவின் ஆணைப்படி விவசாயம் நிறுத்தப்பட்டிருக்க, மொகலாயப் படைகளுக்கு உணவு கிடைக்கவில்லை.

இஸ்லாமிய வழக்கப்படி மாடுகள் கிடைத்தன. சிலர் குதிரைகளையும் கொன்று உண்ண ஆரம்பித்தனர். இந்துக்களுக்கு மாந்தோப்பில் கிடைத்த மாங்காய்களே உணவாகின. இவ்வாறு இங்கே சிரமத்துடன் நாட்கள் நகர, ஹால்டிகாட் போர் முடிய, சேத்தக் இறந்த சோகத்தில் இருந்த ராணாவால் அதிக நேரம் அங்கே இருக்க முடியவில்லை. போர்க்களத்தின் மிச்சங்கள் அந்த இடத்தின் நிலைமையைப் பயங்கரமாக்கிக் கொண்டிருந்தன. கும்பல்கர்க், கோகுண்டா திசையில் ராணா நகர, மொகலாயப் படைகள் தொடரவோ அசையவோ இல்லை.

வெற்றி அடைந்தாகிவிட்டது இனி ராணாவைத் தொடரவேண்டாமென்று எண்ணினார் மான் சிங். ராஜபுத்திர ரத்தம் ஓடும் அம்பர் ராஜாவின் மனத்தில் அடுத்ததாகச் சமாதானம் பேசும் ஆவல் இருந்தது. ராணா பிரதாப்பைக் கண்டதும் தன்னால் தலைவணங்கும் ராஜபுத்திரர்கள் வரிசையில்தான் மான் சிங்கும் இருந்தார்.

அடுத்த நாள் கோகுண்டா கோட்டையை அடைந்த மொகலாயப் படைகள் கோட்டையைக் கைப்பற்றியது ராணாவுக்குத் தெரிந்தது. இதற்கிடையே ராணாவை வென்ற செய்தியை அப்துல் காதர் படாயுனி என்பவர் மூலம், ராணாவின் யானை ராம் பிரசாத்தை (போரில் பிடிபட்டது) அடையாளமாக வைத்து அனுப்பி இருந்தார் மான் சிங்.

1576 ஜூன் 25ல் இந்தத் தகவல் அக்பருக்குக் கிடைக்க, ராணாவை மான் சிங் தொடர்ந்து செல்லாதது அக்பருக்குத் திருப்தி அளிக்கவில்லை. பதேபூர் சிக்ரியில் நிறையப் பேர் இந்தச் செய்தியை நம்பவில்லை. பிரதாப்பின் பிரதாபம் அப்படி.

ஹால்டிகாட் யுத்தமோ, ஆளே இல்லாத கோகுண்டாவைக் கைப்பற்றியதோ அக்பருக்கு மகிழ்ச்சி அளிக்கவில்லை. ராணா விவகாரத்தை முடிவுக்குக் கொண்டுவரப் படைகளுடன் தானே செல்வதென்று அக்பர் முடிவெடுத்துவிட்டார்.

1576ல் அதற்கு மேல் இருக்க முடியாது என்ற நிலை வர, மான் சிங், ஆசம் ஜாகான், குவாசி கான் ஆகிய மூவரையும் அக்பர் தலைநகருக்குத் திருப்பி அழைத்துக்கொண்டார்.

இந்தத் தோல்விக்குப் பின் அக்பருக்கு மான் சிங் உண்மையில் யார் பக்கம் என்ற சந்தேகம் வலுக்கத் தொடங்கியது.

புதிய இடத்தில் நிலைமை இப்படி இருக்க, படையெடுத்து மேவாருக்குள் நுழையும் முன் சித்தூர், மண்டல்கார் பகுதிகளில் தங்களை ஸ்திரப்படுத்திக்கொள்ள உத்தரவு வந்தது அக்பரிடமிருந்து. ராணாவுக்கு அண்டை ராஜ்யங்களிலிருந்து உதவிகள் வருவதைத் தடுக்க மேவாருக்குள் நுழையும் வெளியேறும் சாலைகள் மூடப்பட்டன. ஆனாலும் எந்தப் பாதையிலும் ராணாவைச் சந்திக்க முடியவில்லை மொகலாயப் படைகளால்.

மேவார் வீரர்கள் ராணாவின் உத்தரவுப்படி எந்த எல்லைக்கும் செல்லத் தயாராக இருந்தார்கள். போர்ச் சேதம் இல்லாமல் சின்ன சின்ன கோட்டைகள் மற்றும் படைத்தளங்களை மொகலாயர்களிடம் விட்டுக்கொடுத்து, சமயம் வரும்போது மறுபடியும் சுலபமாகக் கைப்பற்றி விளையாடினார்கள்.

ஹால்டிகாட் யுத்தத்துக்குப் பின் மேவாரைச் சுற்றியுள்ள ராஜ்யங்களுடன் ராணாவுக்கு நெகிழ்வான உறவு

மலர்ந்திருந்தது. ஒருவகையில் மொகலாயப் படைகளுக்கும் ராணாவுக்கும் நடுவே தடுப்பணையாக இந்த ராஜ்யங்கள் விளங்கின.

ராணா அக்பருக்கு எதிராக ராணாவின் மாமாவும் ஈடர் ராஜ்யத்தின் ராஜாவுமான நாராயண தாஸ், நடோலைச் சேர்ந்த ராஜா ராவ் சந்திரேசன், சிசோரியின் ராவ் சுர்தான், ஜாலூர் தாஜ் கான் ஆகியோரைத் தூண்டினார்.

உடனடியாக அக்பர் அந்த ராஜ்யங்களில் இருந்த மொகலாயப் படைகளை இரட்டிப்பாக்கினார்.

பிகானீர் ராஜா ராய் தர்சம் மற்றும் கான் சையத் ஹக்கீம் தலைமையில் இந்த நாடுகளுக்கு எதிராக ஒரே நேரத்தில் பெரிய படைகள் அனுப்பப்பட்டு இவ்விரு ராஜ்யங்களும் வழிக்குக் கொண்டுவரப்பட்டன. இத்தனை ஏற்பாடுகளையும் செய்தபின் அக்பர் மிகப் பெரிய படைகளுடன் மேவாருக்குள் நுழைந்தார்.

13

மேவாரில் அக்பர்

1576 செப்டம்பர் 15ல் பதேபூர் சிக்ரியிலிருந்து கிளம்பிய அக்பர் செப்டம்பர் 25ல் அஜ்மீரை அடைந்தார். மான் சிங்கையும் ஆசப் கானையும் அஜ்மீருக்கு வரவழைத்தவர் பின்பு, மான் சிங் ராணாவுக்கு எதிராக உண்மையாகவே போராடவில்லை என்று குற்றம் சாட்டியதோடு இருவரையும் சந்திக்கவும் மறுத்தார்.

சுற்றியுள்ள ராஜ்யங்கள் பற்றித் தெரிந்துகொள்ள வேண்டும் என்ற எண்ணத்துடன் யானைகள் பிளிற, பெரும் பதாகைகளை ஏந்தியபடி புழுதி பறக்கப் பெரும் காட்சியை உருவாக்கியபடி நகர்ந்தது படை.

படைகளின் நகர்வுகளைத் தன் சொந்த பொறுப்பில் ஏற்றுக்கொண்ட அக்பர், ராணா தங்கியிருக்கலாம் என்று சந்தேகப்படும் இடங்களுக்கெல்லாம் சாரிசாரியாகப் படைகளை அனுப்பினார். மோதி என்ற நகரைத் தானே பரிசோதித்த அக்பர் மோதி, மதாரியா, பிண்டவாரா, கம்மனு ஆகிய இடங்களில் பிரதிநிதிகளை நியமித்துத் தேடுதலைத் தொடரச் செய்தார். இணையாக பகவந்த் தாஸ், மான் சிங், குத்புதீன் மற்றும் இன்னும் சில மூத்த தளபதிகளை வெவ்வேறு இடங்களில் தேடுதல் வேட்டை மேற்கொள்ளச் செய்தார்.

இடையே அரசியல் நகர்வாக ராணாவுடன் நெருக்கமாக இருந்த சிலரைக் கலைத்துப் பிரித்துத் தன் பக்கம் இழுக்க முடிவுசெய்தார்.

ராவ் சுர்ஜன் பூண்டி, பிரதாப் உதய்ப்பூர், ராவ் சுர்தன் சரோகி, ராவ் நாராயண தாஸ் ஈடர் ஆகியோரைச் சந்தித்துப் பேரம் பேச, முதல் மூவர் வழிக்குவர, நாராயண் தாஸ் மறுத்து வனம் புகுந்தார்.

கோகுண்டா கைப்பற்றப்பட, அக்பர் நகரில் நுழைந்தார். அங்கிருந்து 1576 நவம்பர் மாதம் உதய்ப்பூர் சென்றார். ஆளில்லாத உதய்ப்பூரைச் சுலபமாகக் கைக்கொண்ட அக்பர், பகவந்த் தாஸை அதைக் காக்கும் பணியில் அமர்த்தினார்.

இப்படி கோகுண்டா, உதய்ப்பூர், இன்னும் சில இடங்களில் மொகலாயப் படைகளை நிறுத்திய அக்பர், மேவார் போதுமான அளவுக்கு ஆக்கிரமிக்கப்பட்டிருப்பதாகத் திருப்தியடைந்து மால்வா திரும்பினார்.

அக்பர் திரும்பும் வழியில் பன்ஸ்வாராவின் சிசோதய ராவல், டோங்குபூர் ராவல் அஸ்கரன், ராவ் சுர்தன் சரோகி ஆகிய மூவரும் அக்பருடன் இணைந்தனர். அபுகார் என்ற வலிமையான கோட்டையும் வீழ்ந்தது.

ராணாவின் நண்பர்களான மூன்று முக்கிய ராஜாக்கள் மொகலாயருடன் இணைந்தது அக்பரின் பயணம் வெற்றி என்பதாக அவரை உணர வைத்தது. ஆனால் உண்மை வேறாக இருந்தது. பிரதாப் எத்தனை பேர் நீங்கினாலும் அசைக்க முடியாதவராக இருந்தார்.

அக்பரின் சேனையே எந்த நேரமும் எங்கிருந்தாவது ராணாவின் அதிரடிப்படை தாக்கலாம் என்ற பயத்துடனேயே நகர்ந்துகொண்டிருந்தது. அக்பருடன் சேர்ந்த ராணாவின் நண்பர்கள் அக்பர் நகர்ந்ததும் மறுபடியும் மொகலாயப் படைகளைத் தாக்குவது வழக்கமான விளையாட்டாக மாறியது.

'ராணா பிரதாப் அக்பரைச் சந்திக்க வருகிறார்' என்ற செய்தி பலமுறை வந்து பொய்த்தது. ராணா ஒரு மாயத் தோற்றமாகவே விளங்கினார். பில்லிகளின் துணையுடன் அவர்களுக்கு மட்டுமே தெரிந்த பிரத்தியேகப் பாதைகளின் வழியே ஒரு மலையிலிருந்து இன்னொரு மலைக்கு அனாயாசமாக மாறி, மொகலாயப் படைகளை அலைக்கழித்ததோடு தாக்கவும் செய்தார்.

அக்பர் சிறந்த ராஜதந்திரி என்றால், ராணாவோ அவருக்கு இணையாக, சில சமயங்களில் அவரையும் மிஞ்சிய

ராஜதந்திரியாக இருந்தார். சின்ன சின்ன தாக்குதல்கள், வதந்திகள் வாயிலாக மொகலாயப் படைகளுக்கு வேலை கொடுத்துக்கொண்டே இருந்தார்.

ஆறு மாதத்துக்குப் பின் எண்ணிய திசையில் ஓர் அங்குலம்கூட முன்னேறாமல் 1577 மே 12ல் அக்பர் பதேபூர் திரும்பினார்.

தன் எண்ணங்களில் வெற்றியடைந்திருந்த பிரதாப் மொகலாயப் படைகளை உதய்ப்பூர், கோகுண்டாவிலிருந்து வெளியேற்றி இருந்தார்.

உண்மையில் 1572லிருந்து 1576வரை ஹால்டிகாட் போருக்கு முன்பாக ராணா தன் படைப்பலத்தைப் பெருக்கி இருந்ததோடு, பாதுகாப்பாக இருக்கச் சரியான இடங்களையும் தேர்வுசெய்து பலப்படுத்தி இருந்தார்.

அந்த இடங்களை பில்லிகளிடம் ஒப்படைத்துப் படைத்தளம் போல மாற்றியிருந்தார். பில்லிகளுக்கு மலைப்பகுதி நிலங்களை ஜாகிராகக் கொடுத்து நிர்வாகச் செலவுகளுக்குப் பயன்படுத்த வைத்தார்.

பில்லிகளுடனான அவரது தொடர்பு கொடுத்த பலன்கள் என்னவென்றால், ராணா எங்கு தங்கியிருந்தாலும் மொகலாயப் படைகள் அந்த இடத்தை அடையும்போது ராணா அங்கிருந்து மறைந்திருப்பார். ஆக அக்பரும் அவரது தளபதிகளைப் போலவே 'வெற்றி'யுடன் திரும்பினார்.

1576 இறுதியில் ஹால்டிகாட் போர் முடிந்து ஆறு மாதம் முடிந்திருக்க, மேவார் புரட்சி ஒடுக்கப்பட்டதாக அபுல் பாசல் ஆவணப்படுத்தினார். அவரது செய்தி தவறு என்று ராணாவின் கடுமையான எதிர்ப்புகளும், மேலே சொன்ன நிகழ்ச்சிகளும் நிரூபித்தன.

அக்பரும் மான் சிங்கும் வெளியேறிய சில நாட்களிலேயே மகாராணா கோகுண்டாவை மறுபடியும் கைப்பற்றினார். உடனடியாக மான் சிங் உட்பட அதே தளபதிகள் திரும்பி வந்து கோகுண்டாவை மீட்டனர்.

இதற்கு முன்பே கொஞ்சகாலம் மேவாரின் தலைநகராகச் செயல்பட்டிருந்த உதய்ப்பூரைக் கைப்பற்றி இருந்த அக்பர், அதன் நிர்வாகத்தை இளவரசர் ஜெகநாத் கச்சவாகாவிடம் விட்டிருந்தார்.

இந்த இரண்டு இடங்கள் உட்பட ராணுவத் தளங்கள் மற்றும் அக்பர் நிர்வாக ஏற்பாடு செய்து பாதுகாப்பாக விட்டுச் சென்றிருந்த எல்லா இடங்களையும் ராணாவின் படைகள் மறுபடியும் தாக்கிக் கைப்பற்றின.

1577ல் ஒருமுறையும், மறுபடி 1578லும் அக்பர் படைகளை அனுப்பினார். 1578 மார்ச்சில் மொகலாயப் படைகள் வந்தபோது அதன் தலைவன் சபாஷ் கான் ராணா கும்பல்கர்க் மலைக்கோட்டையில் இருப்பதாய் உறுதிசெய்து கோட்டையை வளைத்தான்.

இந்துத் தளபதிகள் ராணாவுக்கு எதிராக மனமாரப் போரிடமாட்டார்கள் என்ற எண்ணத்தில் மான் சிங், பகவந்த் தாஸ் ஆகியோரைத் திருப்பி அனுப்பினான்.

கும்பல்கர்க் கோட்டையின் கீழ் கைல்வாரா என்ற பள்ளத்தாக்கை ஆக்கிரமித்து, அதன் மேலுள்ள கோட்டையை அணுகினான்.

கும்பல்கர்க் கோட்டையின் உச்சியில் இருந்து வெடித்த பீரங்கி ராணாவின் ஆயுத பலத்தைக் கூற, மொகலாயப் படைகள் வெலவெலத்தன. ஏராளமான முன்னேற்பாடுகளுடன் மெதுவாக மொகலாயப் படைகள் கும்பல்கர்க்கில் நுழைய, ராணா அதற்குள் மேற்கு நோக்கி நகர்ந்திருந்தார்.

எப்போதும் பிடிபட்டிராத கும்பல்கர்க் கோட்டை, 1578 ஏப்ரல் 4 அன்று மொகலாயரிடம் பிடிபட்டது. அடுத்த நாளே கோகுண்டா, உதய்ப்பூர், கைல்வாரா மூன்றும் மொகலாயர் வசமாயின.

அபுல் பாசலின் ஆவணங்களின்படி கோகுண்டா, உதய்ப்பூர் இரண்டுமே ஆட்களற்ற வெறும் கோட்டையாகத்தான் சபாஷ் கானிடம் கிடைத்தன.

தொடர்ந்து சமவெளிப் பகுதியில், மேவாரின் தெற்காகச் சென்று உதய்ப்பூரிலிருந்து 60 கிமீ தூரத்திலுள்ள சாவந்தை நெருங்கினான் சபாஷ் கான். அங்கிருந்து கீழாக போமா மலைகளுக்கு நகர்ந்திருந்த ராணா உபேஸ்வர், டோலியா, மச்சின், சாவர் போன்ற இடங்களுக்குத் தன் தளங்களை மாற்றிக்கொண்டும், நடுநடுவே மொகலாயப் படைகள் மீது சின்ன சின்ன தாக்குதல்கள் நடத்திப் பயமுறுத்திக் கொண்டும் இருந்தார்.

மோகி நகரில் பொறுப்பாளராக நியமிக்கப்பட்டிருந்த மஜகத் பெக்கனின் படைகளைத் தாக்கிய பிரதாப்பின் படைகள் அவரை மேலுலகத்திற்கு அனுப்பின. 1577 செப்டெம்பரில் மோகி நகரம் ராஜபுத்திரர் வசமானது. தகவல் தெரிந்தும் அக்பர் அந்த நகரை மீட்க எந்த நடவடிக்கையும் எடுக்கவில்லை.

அக்பர் மேவாரை விட்டு நகர்ந்ததும் ராஜபுத்திரர்கள் அவர் நியமித்துச் சென்ற அதிகாரிகளுக்கு நெருக்கடி கொடுக்கத் தொடங்கினர். தாக்குதல்களும் நடந்தன.

இதற்கிடையே ராஜபுத்திரர்களிடம் கைமாறி இருந்த கும்பல்கர்க் கோட்டையை மறுபடியும் கைப்பற்ற சபாஷ் கான் முயன்றான். 3568 அடி உயரத்திலிருந்த அந்தக் கோட்டையை அணுகுவதே சிரமாக இருந்தது. கோட்டையை நெருங்கும் முன், இரக்கமில்லாமல் மேவாரை நாசமாக்கும் செயல்களைச் செய்ய ஒப்பாத பகவந்த் தாஸையும் மான் சிங்கையும் திருப்பி அனுப்பிவிட்டான் சபாஷ் கான். இப்பொழுது சபாஷ் கானின் படையில் ஓர் இந்துத் தளபதிகூட கிடையாது.

அடுத்ததாக இந்த இஸ்லாமியப் படை கும்பல்கர்க்கிலிருந்து 3 மைல் தொலைவில் உள்ள கைல்வாராவைக் கைப்பற்றியது. அதன்பின் 1578 ஏப்ரல் 8ல் கும்பல்கர்க் வசமானது. ராணா அசரவே இல்லை. கும்பல்கர்க்கிலிருந்து ராமாபுரா சென்று அங்கிருந்து பஸ்வாரா சென்றுவிட்டார் ராணா.

கோட்டையை காஷி கானிடம் ஒப்படைத்துவிட்டுத் தொடர்ந்து படைநடத்தி கோகுண்டா மற்றும் உதய்ப்பூரைக் கைப்பற்றினான் சபாஷ் கான். ராணாவின் நண்பரான பூண்டி ராஜாவைச் சந்தித்து அவர் மனத்தை மாற்றி அவரை அக்பரின் பக்கம் திருப்பினான் சபாஷ் கான்.

இத்துடன் 3 மாதங்கள் கடந்திருக்க, ராணாவை அணுக முடியாமல் மற்றவர்களைப் போலவே தோல்வியுடன் 1578 ஜூன் 17ல் தலைநகர் திரும்பினான் சபாஷ் கான். போகும் முன் மேவாரில் 50 இடங்களில் படைப்பிரிவுகளை நிறுத்திவிட்டுச் சென்றான்.

இந்தக் கட்டத்தில் அக்பரின் நடவடிக்கைகள் மந்தநிலையில் இருக்க, அருகில் உள்ள ஒரு பாலைவனத்தை அரணாக்கிப் புதிய தளம் அமைத்துப் பாதுகாப்பாக இருக்க எண்ணி ஆரவல்லி மலையை விட்டு நகர்ந்தார் ராணா.

அப்போது ஓர் எதிர்பாராத சம்பவம் நடந்தது. மால்வா பகுதியைத் தாக்கிப் போர் புரிந்துகொண்டிருந்தவர் பிரதாப்பின் முதன் மந்திரி பாமா ஷா. மால்வா பகுதியில் சேர்ந்த பெரும் செல்வம், தன்னுடைய பரம்பரைச் சொத்துகளையெல்லாம் விற்றதால் கிடைத்த பணம் ஆகியவற்றுடன் ராணாவின் முகாமுக்கு வந்தவர் அத்தனை செல்வத்தையும் ராஜபுதனம் மேற்கொள்ளும் போருக்காக ராணாவிடம் அளித்தார்.

சாதாரணப் பணமல்ல அது. 25,000 வீரர்களுக்கு 12 வருடம் சம்பளம் அளிக்க முடியும் அளவிலான பணம் அது. இதன்பின் தயக்கம், சோர்வு ஏதுமில்லாமல் புதிய உற்சாகத்துடன் வீறுகொண்டு கிளம்பின ராணாவின் படைகள். தீவார் அருகில் சபாஷ் கான் நிறுத்திவிட்டுச் சென்றிருந்த படைகளை முழுவதுமாக அழித்தன ராணாவின் படைகள்.

வழக்கத்தை மீறி ஓடிய படைகளைத் துரத்திச் சென்று முற்றிலுமாக அழித்தன ராஜபுத்திர படைகள். வனத்தில் பதுங்கலாம் என்ற எண்ணத்தை மாற்றிக்கொண்டார் ராணா. இதற்குப் பின் ராணாவின் வாள் சுழன்ற இடமெல்லாம் வெற்றி.

நவம்பரில் கும்பல்கர்க் தாக்கப்பட்டது. இந்த முறை வழக்கமான கெரில்லா தாக்குதலாக இல்லாமல் முழுப் புயல் வேகத் தாக்குதலாக இருந்தது. இந்தத் தாக்குதலின் வேகத்தையும் சேதங்களையும் அறிந்த அக்பர் மறுபடியும் சபாஷ் கானை அனுப்பினார். இந்த முறை படைகள், ஆயுதங்கள் போகப் பெரும் பணமும் கொடுத்தனுப்பினார் அக்பர்.

சபாஷ் கானின் படைகள்மீது ஆங்காங்கே திடீர்த் தாக்குதல் நடத்திய ராணாவின் படைகள் ஆயுதங்கள், உணவுப் பொருட்களைப் பறித்துச் சென்றன.

சபாஷ் கான் சென்ற பின், டஸ்டம் கான் என்ற 3000 குதிரை அதிபன் வந்தான். இவன் 1577ல் அஜ்மீரில் சுபேதாராக இருந்தவன். 1580ல் பொறுப்பேற்ற சில காலத்திலேயே இவன் மரணமடைய, புதிதாக வந்தான் மிர்சா அப்துல் ரஹ்மான்.

இதற்கு முன்னால் அக்பருடனும் சபாஷ் கானுடனும் மேவாருக்கு வந்திருந்த மிர்ஷா ரஹ்மான் ராணாவைப் பிடிக்கப் புதிய வழிகளை யோசிக்கலானான். ஆனால் விதி வேறு மாதிரி விளையாடியது. ஷெர்புரா என்ற இடத்தில் குடும்பத்தாருடன் மிர்ஷா ரஹ்மான் தங்கியிருக்க,

கோகுண்டாவிலிருந்த ராணாவின் மூத்த மகன் அமர்சிங் ஷெர்புராவை மின்னல் வேகத்தில் தாக்கிக் கைப்பற்றியதோடு, மிர்ஷாவின் குடும்பத்தையும் சிறைபிடித்தார்.

ராணாவுக்கு இந்த விவரங்கள் தெரியவர, அவர் மிர்ஷாவின் குடும்பத்தை விடுதலை செய்து மரியாதையான பாதுகாப்புடன் மிர்ஷாவின் இடத்துக்கே திருப்பி அனுப்பினார். போர்ப்படைத் தளபதியானாலும் மிர்ஸாவும் கவிஞர்தான். ராணாவின் செயலால் மனங்கனிந்த மிர்ஷா, ராணாவைப் புகழ்ந்து பாடல் ஒன்றைப் பாட, அது பெரும் புகழ்பெற்றது.

'இந்த உலகில் எதுவும் நிரந்தரமில்லை
நிலம், சொத்துகள் மறைந்துபோகும்
சிலர் நாமங்கள் மட்டும் காலமெல்லாம் நிலைத்து நிற்கும்
ராணா பிரதாப் நிலங்கள் சொத்துகளைக் கைவிட்டார்
ஆனால் ஒருநாளும் தலைவணங்கவில்லை
இந்துக்களின் இளவரசரான அவர்
அந்த இனத்தின் கௌரவத்தைக் காத்தார்.'

சரோகியைக் கைப்பற்றி அக்பரின் உதவியுடன் ஆண்டுகொண்டிருந்த ராணாவின் சகோதரன் ஜக் மல், ராவ் சுர்தானுடன் நடந்த போரில் கொல்லப்பட்டான். ஜக் மல்லைப் போரில் கொன்று சரோகியை மீண்டும் கைப்பற்றிய ராவ் சுர்தானுக்கு ராணா தன் பேத்தியைத் திருமணம் செய்துவைக்க, ஜக் மல்லின் தம்பி சாகர் ராணாவிடம் கோபித்துக்கொண்டு மேவாரைவிட்டு நீங்கி அக்பரிடம் சேர்ந்துவிட்டான்.

மான் சிங்குக்குப் பிறகு ராணாவை எதிர்த்துப் படை நடத்தச் சரியான ராஜபுத்திர தளபதிகள் இல்லாமலிருந்த அக்பர், சாகர் தன்னுடன் சேர்ந்ததைச் சாதகமாக்கி மறுபடியும் ராஜபுத்திர இனம் ராணாவுக்கு எதிராகத் திரும்பியது போன்ற தோற்றத்தை உருவாக்கி, ஜெய்ப்பூர் இளவரசன் ராஜா ஜெகநாத் தலைமையில் மறுபடியும் படைகளை அனுப்பினார்.

1584 டிசம்பர் 6ல் மொகலாயக் கூட்டுப்படை ராஜா ஜெகநாத் தலைமையில் கும்பல்கர்க்கை நெருங்க, அங்கிருந்த ராணாவின் படைகள் சித்தூருக்கு நகர்ந்திருந்தது. அங்கு விரைந்த மொகலாயப் படைகளுக்கு ராணா குஜராத் சென்றதாகத் தகவல் கிடைத்தது. குஜராத் பக்கம் திரும்பியவர்களை ராணா டொங்கர்பூர் ராயுடன் சேர்ந்து பெரும்படையுடன் தாக்க

வருவதாகத் தெரிந்து சிறிது தாமதிக்க, மறுபடியும் ராணா மாயமாகிவிட்டிருந்தார்.

1587 வரை கிட்டத்தட்ட 3 வருடம் பொறுமையுடன் படைகள் நகர்ந்துகொண்டே இருக்க ராணாவை அவர்களால் நெருங்கவே முடியவில்லை. ஆனால் கண்ணிலே காண முடியவில்லை என்று சொல்லப்பட்ட ராணா தன் அரசாங்கக் கடமைகளைத் தொய்வில்லாமல் செய்து கொண்டேதானிருந்தார்.

மொகலாயப் பெரும்படை ராணாவை நான்கு புறமும் நெருக்கி நெருக்கடிகள் கொடுத்துக்கொண்டே இருந்தது. காடுகளிலும் மலைகளிலும் வாழ்க்கையை நடந்திக்கொண்டிருந்தார் ராணா. பெரும் மனவுறுதி படைத்த ராணா காட்டு வாழ்க்கையை அலட்சியமாக எடுத்துக்கொண்டிருந்தாலும் அவரது குடும்பப் பெண்கள் மற்றும் குழந்தைகள் சந்திக்கும் அசௌகரியங்கள் ராணாவின் மனத்தைப் பாதித்தன.

சுகபோகத்துடன் அரண்மனையில் அறுசுவை உணவருந்த வேண்டியவர்கள் சில சமயங்களில் ஒருவேளை உணவுகூட இல்லாமல் சிரமப்படுவது ராணாவின் இதயத்தைக் கிழித்தது.

ராணாவின் குழந்தைகளை பில்லிகள் கூடைகளில் வைத்துத் தூக்கிச் சென்றனர். இரவில் மரங்களில் தொட்டிலிட்டுத் தூங்கவைத்தனர்.

ஒருமுறை ஒரு வகையான காட்டுப் புல்லில் தயாரிக்கப்பட்ட உணவின் ஒரு பகுதியை உண்டுவிட்டு, அடுத்த வேளைக்குப் பத்திரப்படுத்திய மீதி உணவை ராணாவின் மகளிடமிருந்து காட்டுப் பூனை ஒன்று பறித்துச் செல்ல, பெண்கள் எழுப்பிய கூக்குரல் ராணாவின் மன உறுதியை அசைத்தது.

இன்னொரு முறை ராணாவின் மூத்த புதல்வன் அமர் சிங்கிடம் ‘எப்போதுதான் நமக்கு இந்தத் துன்பங்களிலிருந்து விடுதலை கிடைக்கும்?’ என்று பெண்கள் கேட்க, அவர் அக்பரை எதிர்க்கும் வரை இது தொடர்ந்து கொண்டுதானிருக்கும் என்று சொன்னதை ராணா கேட்டிருந்தார்.

வேறு வழி இல்லாமல், ‘என்னுடைய சிரமங்களைக் குறைக்கக் கூடாதா?’ என்று அக்பருக்கு ராணா ஒரு கடிதம் அனுப்பினார். அந்தக் கடிதத்தைப் பார்த்துத் துள்ளிக் குதித்தார் அக்பர். தளபதிகள், மந்திரிகளை அழைத்து ராணா சமாதானக் கடிதம் அனுப்பியதாகத் தெரிவித்தார்.

அக்பரது அவையில் பிகானீர் இளவரசன் பிருத்திவி இருந்தான். சுத்த ராஜபுத்திரனான அவன் வேறு வழியில்லாமல், அவன் தந்தையின் ஒப்பந்தத்துக்குக் கட்டுப்பட்டிருந்தான். என்றாவது ராணா வெல்வார் ராஜபுத்திரர்களின் காலம் கனியுமென்று காத்திருந்தான். ராணாவின் சமாதானக் கடிதம் அவன் மனத்தில் இடியாய் இறங்கியது.

இதை எப்படியாவது தடுக்க வேண்டுமென்று முடிவுசெய்த பிருத்திவி அக்பரிடம், “அது ராணாவின் கடிதமாக இருக்க முடியாது. நான் வேண்டுமானால் பதில் கடிதம் அனுப்பி, இது ராணாவின் கடிதம்தானா என்று உறுதிசெய்யவா?” என்று கேட்டான். அக்பரும் சம்மதிக்க பிருத்திவி அனுப்பிய அந்தக் கடிதம் சரித்திரப் புகழ்பெற்றது.

> ‘இந்துக்களின் நம்பிக்கை ஓர் இந்துவின் மேல். ராணா அதை அசைக்கலாமா? அக்பர் பிரதாப்பைத் தனிமைப்படுத்துவாரா? நமது இனத் தலைவர்கள் பெண்களைப் பலிகொடுக்கலாமா? அக்பர் நமது இனத்தை விற்கும் வியாபாரி. அவர் அனைவரையும் வாங்கிவிட்டார் - உதய் சிங்கின் மகனைத் தவிர.
>
> அந்த மகன் விலை மதிப்பற்றவர். நவ்ரோஸாவில் அவர் விலைபோவாரா என்ன? அத்தனையையும் விற்றபின் சித்தூரும் விலைக்கு வருமா என்ன? அத்தனை செல்வத்தையும் இழந்தாலும், சித்தூர் என்ற செல்வம் மட்டுமாவது காக்கப்பட வேண்டும். எத்தனை பரம்பரைகள் வீழ்ந்தாலும் ஹமீரின் பரம்பரை மட்டும் வீழவில்லை.
>
> பிரதாப்பின் பலமென்னவென்று உலகம் கேட்கிறது. அவரது பலம் அவரது இருதயமும், ஆண்மையுள்ள வாளும்தான். அதன் பெருமையை அவர் காப்பார். அதில் இந்த வியாபாரி ஒருநாள் வீழ்வான்.
>
> அவன் நிரந்தரமல்ல. அதன் பின் ராஜபுத்திர விதைகளை மறுபடியும் பிரதாப் தூவுவார். மறுபடியும் ராஜபுத்திர தூய்மை மீட்டெடுக்கப்படும். ராஜபுத்திர மீசையில் பிரதாப்பின் கை படட்டும் - அதைப் பார்த்து நாங்களும் மீசை முறுக்கி ராஜபுத்திரனென்று சொல்வோம்.’

கவிதை வடிவில் எழுதப்பட்ட இந்தக் கடிதம் பிரதாப்பின் உணர்ச்சிகளைத் துடிக்க வைத்தது. அருகில் இருந்தவர்களிடம்,

“10,000 வீரர்கள் அளிக்கும் பலத்தை இந்தக் கடிதம் கொடுக்கிறது. என் அன்னையிடம் குடித்த பாலின் பலத்தால், ஏகலிங்கனின் அருளால் துருக்கர்களை வெல்வேன்” என்று கூறியபடி வாளை உருவி உயர்த்திப் பிடிக்க, உடனிருந்தவர்களும் “ஜெய் பவானி” என்று முழங்க, முகாம் முழுவதும் உற்சாகம் பற்றிக்கொண்டது.

14

கெரில்லா போர்

வெல்லவோ பிடிக்கவோ முடியாத நிலையில் ராணா இருந்ததற்கு முக்கியக் காரணங்களில் ஒன்று அவரது கெரில்லா போர்முறை.

ராஜபுத்திரர்களுக்கே உரித்தான வீரம், வாக்கு தவறாமை, அடிபணியாத குணங்கள் இருந்ததாலும், போர் என்று வந்த எதிரியை நேருக்கு நேர் சந்திக்க வேண்டும் என்ற நியதியையும் கொண்டிருந்தார் பிரதாப்.

அதன்படியே ஹால்டிகாட்டில் அக்பரின் பெரும்படையைச் சந்தித்துப் பெரும் சேதங்களை எதிர்கொண்டார். ஹால்டிகாட் கொடுத்த பாடம்தான் கெரில்லா யுத்தம். குலங்கள் அழிவதையும் மக்கள் துன்புறுவதையும் தடுக்க பிரதாப் கைக்கொண்ட ஆயுதம்தான் கெரில்லா யுத்தம்.

எண்ணிக்கையில் குறைவான, வெடிமருந்து, துப்பாக்கிகள், பீரங்கிகள் போன்றவற்றில் குறைவான மேவாரின் படைகள் நேரடியாக மொகலாயப் படைகளுடன் மோதலைத் தவிர்த்து, கெரில்லா முறையில் தாக்கிப் பெரும் சேதத்தைக் கொடுத்தன.

மேவாரின் நில அமைப்பு, காடுகள், மலைகள் பல சமயங்களில் மொகலாயப் படைகளுக்கு எதிரான ஆயுதங்களாக மாறின. வெள்ளமென வந்த மொகலாயப் படைகளை ராணா கெரில்லா

முறையில் அனாயாசமாகக் கையாண்டது பிற்காலத்தில் சத்ரபதி சிவாஜியையும் அதே முறையில் மொகலாயருக்கு எதிராகப் போராடத் தூண்டியது.

1572-1582க்கு நடுவே கிட்டத்தட்ட பத்து வருடங்கள் மேவார் மக்கள் நிலங்களை உழவில்லை. கிணறுகள் மண்ணால் நிரப்பப்பட்டன. ராணாவும் அரண்மனையைத் துறந்து குடும்பத்தாருடன் காட்டிலே வசித்தார். இருப்பிடங்களை மாற்றிக்கொண்டே இருந்தார். அவ்வப்போது மொகலாயப் படைகளைத் தாக்கிக்கொண்டிருந்தார்.

ஓர் அணியை ராணா தாக்க, உடனடியாக அங்கே மொகலாயப் பெரும்படை உதவிக்கு வரும்போது ராணா அங்கிருந்து மறைந்திருப்பார்.

இந்தக் கட்டத்தில் அக்பர் டெல்லியை விட்டு விலகி காபூலில் இருந்தார். அக்பர் காபூலில் இருக்க, சித்தூர் தவிர மொத்த மேவார் ராஜபுதனமும் ராணா பிரதாப்புக்கு வரிகட்டி அவருடைய கட்டுப்பாட்டில் இருந்தது.

கனிம வளம் மிகுந்த மேவாரில் முன்பு தங்க சுரங்கங்கள் காணப்பட்டு லக்கா ராணாவால் பெருமளவில் தங்கம் எடுக்கப்பட்டு ஆலயங்கள் கோட்டைகள் கட்டப்பட்டிருந்தன. அந்தச் சுரங்கங்கள் இப்போது ராணாவின் செல்வங்களைப் பாதுகாக்கவும், ராணாவின் படைகள் உறைந்து வாழவும் உதவின. பலமுறை மொகலாயப் படைகள் ராணாவைத் தேடிச் சல்லடை போட, அவர்கள் தேடும இடத்திற்குக் கீழேயே சுரங்கத்தில் ராணா தங்கி இருந்திருக்கிறார்.

பிருத்திவி ராஜ் சம்பவத்துக்குப் பின் ராணாவின் படைகள் துடித்தெழுந்து தாக்குதல்கள் நடத்தின. அக்பர் எங்கோ இருக்க, மொகலாயப் படைகள் வழிகாட்டுதல் இல்லாமல் பணியைச் செய்தன. அந்தக் கட்டத்தில் தீவார் என்ற இடத்தில் நடந்த போர் திருப்புமுனையாக இருந்தது.

கும்பல்கர்க்கிலிருந்து 40 கிமீ தூரத்தில் உள்ள தீவாரை அக்பரின் பிரதிநிதியாக இருந்த சுல்தான் பாகுல் கான் மேற்பார்வை செய்து வந்தான். அவனை 1582ல் தசரா விழாச் சமயத்தில் தாக்கினார் ராணா. உடனடியாக மொகலாயர் உதவிப்படைகள் வந்துசேரப் பெரும் போர் நடந்தது. யானையில் இருந்து போர்புரிந்த சுல்தானின் யானை வீழ்த்தப்பட, சுல்தான் குதிரையில் ஏறிப் போரைத் தொடர்ந்தான்.

போரிலே ராணாவின் இன்னொரு முகத்தை மொகலாயர்கள் மட்டுமல்ல ராஜபுத்திரர்களே பார்க்க நேர்ந்தது. யானையை இழந்தபின் குதிரையில் ஏறி யுத்தத்தைத் தொடர்ந்தான் சுல்தான் பாகுல் கான். ராணாவைப் பார்த்ததும் அவரை நோக்கிக் குதிரையைச் செலுத்த, ராணாவும் அவனை நெருங்கினார்.

ஏழு அடி உயரமும், பருமனான உடல்வாகும் கொண்ட ராட்சசன் போன்ற பாகுல்கான் இஸ்லாமிய வழக்கப்படி அல்லாகு அக்பர் என்ற போர்க் கூச்சலுடன் ராணாவை நோக்கி வர, ராணாவும் அவன் பக்கம் திரும்பினார். அன்று 1582 - விஜயதசமி.

ஈட்டியை விடுத்து, மற்றவர்களால் தூக்கக்கூட முடியாத ராணாவின் பெருவாள் நீண்டு பாகுல்கானின் தலையில் இடியாக இறங்கியது. இறங்கிய வாள் தொடர்ந்து இறங்கிக்கொண்டே இருந்தது. பாகுல்கானின் உடலை நீளவாக்கில் இரண்டு துண்டாக்கிய வாள், இன்னும் இன்னும் இறங்கி அவன் குதிரையையும் இரண்டாக்கியது.

நடந்ததைக் கண்ட இரு பக்கத்து வீரர்களும் ஆயுதங்களை வீச மறந்து பிரமித்து நின்றனர். பாகுல்கானின் மெய்க்காவல் படை செய்வதறியாது நின்றது.

அதே நேரத்தில் போர்க்களத்தின் இன்னொரு பகுதியில் ராணாவின் மகன் 22 வயதேயான கன்வர் அமர் சிங் மொகலாயப் படைகளின் தலைமைத் தளபதி சபாஷ் கானின் தலையைக் கவசத்தோடு சீவ, தெறித்த ரத்தம் முகமெல்லாம் திலகமிட்டுப் போர்த் தேவதையாக நின்றிருந்தான்.

போர்க்கூச்சலென்ன, மூச்சுவிடவே மறந்து நின்றன மொகலாயப் படைகள். 36,000 எண்ணிக்கையிலான வீரர்களைக் கொண்ட அந்த மொகலாயப் படைகள் முழுவதுமாக சரணடைந்தன.

இந்துக்களின் இளவரசன் என்றும், இந்துக்களின் சூரியன் என்றும் போற்றப்பட ராணா பிரதாப், அவர்களின் சரணை ஏற்று மரியாதையாக அனைவரையும் பாதுகாப்போடு டெல்லிக்குத் திருப்பி அனுப்பி, இந்துக்களின் தர்மம் என்றால் என்னவென்று காட்டினார்.

இந்தியச் சரித்திரத்தில் சமீபத்திய 1971 போருக்கு முன்புவரை இதுவே மிகப் பெரிய சரண்.

தீவார் வெற்றியைத் தொடர்ந்து கும்பல்கர்க்கை நோக்கி விரைந்தது ராணாவின் படைகள். தீவாருக்கும் கும்பல்கர்க்காவுக்கும் இடையே 36 படைத் தடுப்புகள் இருக்க, ராணாவின் மின்னல் படைகள் ஒரே நாளில் அவை அனைத்தையும் வீழ்த்தி கும்பல்கர்க்காவை அடைந்தன.

கும்பல்கர்க்காவைக் கைப்பற்றிய பின் ஷாவாரை நோக்கித் திரும்பிய படைகள் தொடர்ந்து அமித், மதாரியா, ஷாவார் பகுதியிலிருந்த மொகலாயப் படைகளை விரட்டின.

உதய்ப்பூருக்குத் தெற்காக லூனா ரத்தோர் கட்டுப்பாட்டிலிருந்த சப்மான் கைப்பற்றப்பட்டது. தொடர்ந்து துங்காப்பூர், பன்ஸ்வாரா ராஜ்யங்களுக்குள் புகுந்த ராணாவின் படைகள் அவற்றையும் கைப்பற்றிக்கொண்டன.

வங்கக் கலவரம், பிஹார்ப் புரட்சி ஆகியவற்றையே சமாளிக்க முடியாத டெல்லி மொகலாயப் படைகள் மேவார் பக்கம் திரும்பவே இல்லை.

1584ல் ராஜா ஜெகநாத் கச்சவாகா படைகள் வந்தாலும் அவை தோல்வியுடன் திரும்ப, அதன்பின் அக்பர் மேவார் பக்கம் திரும்பவேயில்லை. இதன் பின் அடுத்த 12 வருடங்கள் அக்பர் காபூலில் வாழ, ராணா அமைதியாக மேவாரைச் சீர்படுத்திக் கொண்டிருந்தார்.

சித்தூர், அஜ்மீர் தவிர உதய்ப்பூர் உட்பட அனைத்து நகரங்களும் கைப்பற்றப்பட கிட்டத்தட்ட முழு மேவாரும் ராணாவின் வசம்.

மான் சிங்கைச் சீண்ட அம்பரில் நுழைந்து வியாபார நகரான மால்புராவைத் தனதாக்கிக்கொண்டார் ராணா. தொடர்ந்து ராணாவின் படைகள் மேவார் மட்டுமல்லாமல் மேவாருக்கு அருகிலுள்ள மொகலாயருக்குக் கட்டுப்பட்டிருந்த ராஜபுதனப் பகுதிகளையும் தாக்கிக் கொள்ளையிட்டன.

அக்பர் பதிலுக்கு எந்த நடவடிக்கையும் எடுக்கவில்லை. அவர்தான் தலைநகரிலேயே இல்லையே. அக்பர் தொலைதூரமான காபூலில் இருந்தார். காபூலில் நடக்கும் அரசியல் நகர்வுகள் மற்றும் எதிரிகளைச் சமாளிக்க அங்கு இருந்தார் என்று சொல்லப்பட்டது. ஆனால் உண்மை வேறு.

ஹால்டிகாட் போரில் ராணாவைக் கொல்ல வாய்ப்பிருந்தும் அதைச் செய்யாத மான் சிங் மேல் கோபம் கொண்டதோடு, அவர்மீதான நம்பிக்கையையும் இழந்திருந்தார் அக்பர்.

ராணாவின் எதிரி எனப்பட்ட சகத் சிங், ராணாவைக் கண்டதும் தன்னை அறியாமல் தலைவணங்கியதாகவும், அவனே ஆப்கானியத் தளபதிகளைக் கொன்று ராணாவைக் காப்பாற்றியதாகவும் தகவல் வந்தது அக்பருக்கு.

அடுத்தடுத்துச் சென்ற எந்தத் தளபதியாலும் ராணாவை அணுகக்கூட முடியாதது கோபத்துக்குப் பதில் பயத்தை அளித்தது அக்பருக்கு. அக்பர் பெண்களை வேட்டையாடிய விவரங்கள் அம்பர் ராஜகுமாரி மூலம் ராஜபுதனத் தெருப் பாடகர்கள் வாயிலாக வெளிவந்துவிட, பெண்களுக்கு இழுக்கு நேர்வதைப் பொறுக்காத ராஜபுத்திரர்களின் பெரும் பகைக்கு ஆளான பயம் அக்பரை அலறடித்தது.

எல்லாவற்றுக்கும் மேலாக அக்பரது அவையில் நிறைய ராஜபுத்திரர்கள் இருந்தார்கள். அவர்களில் யாராவது ஒருவர் இப்படிப்பட்ட எதாவது ஒரு காரணம் அல்லது ராணாவின் விசுவாசத்தில் கோபத்துடன் தன்மேல் ஈட்டியை எறியலாம் என்பதாக அவருக்குத் தகவல் கிடைத்தது.

அரசியல் காரணமாக மந்திரிகள், தளபதிகள், நிர்வாகிகளாக இருந்த அனைத்து ராஜபுத்திரர்களையும் அவரால் வெளியேற்ற

முடியவில்லை. எனவே, உயிரைக் காப்பாற்றிக்கொள்ளத் தன் ஜாகையை காபூலுக்கு மாற்றிக்கொண்டார்.

ஒருநாள் ஒரு மாதம் அல்ல... வருடக்கணக்கில். கிட்டத்தட்ட 12 வருடங்கள் அக்பர் காபூலில் இருந்தார். ராணா இறந்த செய்தி கேள்விப்பட்ட பிறகே டெல்லி திரும்பினார்.

15

பிரதாப்பின் கடைசி நாட்கள்

ராஜபுதனக் குலவரிசையில் பின்னோக்கிச் சென்றால் அதன் வேர்கள் அயோத்தி ஸ்ரீ ராமன் வரை நீள்கிறது.

புராண, இதிகாசத் தொடர்புகள் தவிர, ஆயிரக்கணக்கான வருடங்களாக அதுவோர் அறுபடாத சங்கிலியாக இருக்கிறது.

ராஜபுத்திர இளவரசர்கள் வீரம், மனித நேயம், பழைய சரித்திரப் பாரம்பரியம் ஆகியவை கலந்து உருவாக்கப்படுகிறார்கள். பிரதாப்பும் அப்படி உருவாக்கப்பட்டவர்தான். போர்க் கலையுடன் மீதிக் கலைகளும் அவரது உடலில் கலந்துவிட்டிருந்தன.

ராணாவின் முன்னோர்கள் ஸ்ரீ ராமன், சங்கா, உதய் சிங் ஆகியோர் காட்டில் அஞ்ஞாதவாசம் செய்தவர்கள்தான். அதனால் காட்டு வாழ்க்கை தனக்கு விதிக்கப்பட்ட தர்மம் என்று எண்ணினார் பிரதாப். அந்தச் சிரமமான வாழ்க்கை ஓர் அணுவளவேனும் அவரை வருத்தவில்லை.

பலமான படைகளுடன் டெல்லியை ஆண்டுகொண்டிருந்த அக்பர்கூட ஒரு காலத்தில் ஹுமாயூன் அஞ்ஞாதவாசம் செய்தபோது அமர்கோட்டில் பிறந்தவர்தான் என்றும் எண்ணிக்கொள்வார் ராணா.

மொகலாயர் அளித்த சமாதானம், சலுகைகள், செல்வம் எதுவுமே ராணாவின் உறுதியைக் குலைக்கவில்லை.

சமாதானமென்ன, வெறும் பேச்சுவார்த்தைக்குக்கூட ராணாவின் மனம் ஒப்பவில்லை. ராஜபுத்திர ரத்தம், அந்தக் குலத்துக்கே சொந்தமான வீரம் இழையோடும் ரத்தம், ஒரு துளிகூட அடிமைத்தனத்தை ஏற்றுக்கொள்ள மறுத்தது.

1585ல் உதய்ப்பூருக்குத் தெற்கே 60 கிலோமீட்டரில் அமைந்திருந்த சாவன் நகரை மொகலாயாரிடமிருந்து திரும்பக் கைப்பற்றிய ராணா, அதையே தலைநகராக்கிக் கொண்டார்.

படைகளுடன் நகரை ஸ்திரப்படுத்திய பின் அடுத்த 13 வருடங்களுக்கு முழு மேவாரையும் அங்கிருந்தே நிர்வகித்தார். அந்த நகரில் அரசர்களுக்கென மாளிகைகள், நிர்வாகக் கட்டடங்கள், கோவில்கள் போன்றவை கட்டப்பட்டன.

கூடுதலாக ஒவ்வொரு 10 கிலோ மீட்டருக்கும் ஒளிந்து தாக்குதல் நடத்த மறைவிடங்களும் கட்டப்பட்டன. கடும் போருக்கு இடையிலும் ராணா கல்விமான்கள், எழுத்தாளர்கள், கலைஞர்கள், புலவர்கள் முதலியோரை ஆதரித்துக்கொண்டுதான் இருந்தார்.

ராஜபுத்திர அவைப்புலவர் பண்டிட் ஜீவாதார, 'ராணா என்ற போராடிய புலி, சாவந்தில் கொஞ்சம் அமைதியை ருசித்தது' என்று பாடினார்.

மினியேச்சர் ஓவியக் கலை ராணா காலத்தில் வளர்ந்தது. அதற்காகப் பள்ளிக்கூடம் ஒன்று திறக்கப்பட்டது. நசுருதீன் போன்ற புகழ்பெற்ற கலைஞர்கள் உருவாயினர்.

1585 - 1597 காலத்தில் பெரும்பாலான மேவார் பகுதிகளை ராணா திரும்பப் பெற்றிருந்தார். சித்தூர், மண்டல்கார் மட்டுமே மொகலாயர் வசமிருந்தன.

தொடர்ச்சியான போர்கள், அவற்றால் ஏற்பட்ட அழிவுகள், ராணாவின் பயிர் செய்ய வேண்டாமென்ற உத்தரவு போன்றவற்றால் மேவார் நிலங்கள் பயிர் செய்யப்படாமல் தரிசாக மாறியிருந்தன.

இந்தக் காலகட்டத்தின் இறுதியில், ஆங்காங்கே இடம்பெயர்ந்திருந்த மக்கள் தங்கள் சொந்த இடங்களுக்குத் திரும்பிவர ஆரம்பித்திருந்தனர். பயிர், வியாபாரம் இரண்டும் தொடங்க, அவற்றை உற்சாகப்படுத்துவது போலப் பருவமழையும் பொழிந்தது. கிட்டத்தட்ட அமைதி நிலவியது மேவாரில்.

இது ராணாவுக்கும் மேவாருக்கும் கிடைத்த வெற்றி. இந்த நிலைக்கு ராணாவின் வீரம், போர் போன்றவை மட்டும் காரணமில்லை. ராணாவின் அணுகுமுறையும், அவர் அக்பரைக் கையாண்ட விதமும்கூட காரணங்கள்தான்.

ராஜபுத்திர வழக்கப்படி அக்பருக்குப் படிவதில்லை என்பதில் பிரதாப் உறுதியாக இருந்தாலும், பிற ராஜபுத்திர ராஜ்யங்களை, ராஜாக்களை அவர் அணுகிய விதம் வேறுபட்டதாக - வழக்கமான இந்து ராஜாக்களைப் போலல்லாமல் - சமாதானத்தை முன்னெடுப்பதாக இருந்தது.

சரோகியின் தியோராக்கள், ஈடரின் ரத்தோர்கள், பூண்டி மற்றும் ரந்தம்பூரின் சௌகான்கள் போன்றோரிடம் மாறி மாறி நட்புறவோடிருந்தார்.

யாராவது ஒருவர் இறந்துவிட்டாலோ அல்லது அக்பருக்கு அடிபணிந்து விட்டாலோ மற்றவருடன் நட்பு பாராட்டிக் கூட்டுச் சேர்ந்து, அவர்களை அக்பருக்கு எதிராகத் திருப்பி விட்டுக்கொண்டே இருந்தார்.

முன்பே போரிட்டிருந்த ராவ் மால்தேவின் மகன் ராவ் சந்தர் சென், பிரதாப்பின் பட்டமேற்பு விழாவுக்கு கும்பல்கர்க்குக்கு விஜயம் செய்ய, பழைய பகைமை பாராட்டாமல் அவருடன் நட்பு காட்டினார் பிரதாப். அந்த நட்பு 1581ல் ராவ் சந்தர் சென் மறையும்வரை தொடர்ந்தது.

போர்க்களங்களில் உயிர் போகும்வரை போராடாமல், தேவைப்பட்டால் தற்காலிகமாகக் கோட்டைகளை விட்டுக்கொடுத்து,இன்னொரு நாள் போராடும் வாய்ப்புக்காகப் பின்வாங்கினார் ராணா. மறுபடியும் இன்னொரு நாள் திடீர்த் தாக்குதல் நடத்தவும் தயங்கவில்லை.

அவரது இந்தப் போர்முறை மொகலாயர்களை அலைக்கழித்தது. அவர்களால் மேவாருக்குள் நுழைய முடிந்ததே தவிர, மேவாரை வெல்லவோ கைப்பற்றவோ முடியவில்லை.

நாட்டைக் கைப்பற்றப் பார்க்கிறார்களே என்பதற்காக மொகலாயர்களை எதிர்த்தாரே தவிர, அந்தக் குல, மத மக்களைத் தனிப்பட்ட முறையில் ராணா எதிர்க்கவில்லை.

ராணாவின் படையில் முஸ்லிம் வீரர்களும் தளபதிகளும் இருந்து வலிமையாக அக்பருக்கு எதிராகப் போர்புரிந்தார்கள்.

பைராம் கானின் மகனுடைய பெண்கள், குழந்தைகளை ராஜபுத்திர படை சிறைப்படுத்த, 'குழந்தைகள், பெண்கள் நமக்குப் பகைவர்கள் அல்ல' என்று சொன்ன ராணா, அவர்களை விடுவித்து எந்தக் களங்கமும் இல்லாமல் திருப்பி அனுப்ப உத்தரவிட்டார்.

போர்க்களத்தில் சிசோதய சூரிய அடையாளத்துடன் போர்புரியும் ராணா சூரியனாகவே ஜொலிப்பார். அவரது வாள் சாதாரணமானவர்களால் தூக்க முடியாத எடை கொண்டது. அவரது வாளின் வேகம் எதிரியை மட்டுமல்ல, எதிரியின் குதிரையையும் சேர்த்து இரண்டாக வெட்டும் வேகமுடையது. அவர் எறியும் ஈட்டி இரும்புக் கவசங்களையும் உடைத்துக்கொண்டு எதிரியின் உடலில் பாயும். ராணாவின் குதிரையே அபரிமிதமானதுதான். ஹால்டிகாட் போரில் மான் சிங்கின் யானை மீது இரண்டு கால்களையும் வைத்து ஏறிக் கடிக்க முயன்றது.

57 வயதிலும் ஆரோக்கியமாக, சுறுசுறுப்பாக இருந்த ராணா, 1596 - 97ல் பண்டோலா என்ற கிராமத்தின் அருகே காட்டில் புலி வேட்டையாடியபோது, அம்பு குறி தவற, தப்பிய புலி ராணாவின் மேல் பாய, புலியுடன் சண்டையிட்டுக் காயமடைந்தார்.

காயங்களுடன் திரும்பிய ராணா படுக்கையில் விழுந்தார். அந்தப் படுக்கை அவரது மரணத்தை நோக்கிய படுக்கையாகலாம் என்று தெரிந்துவிட்டது ராணாவுக்கு. அந்த நிலையிலும் அவரது மனத்தில் ஓடியவை இரண்டு. ஒன்று, மேவாரின் சுதந்திரம். இன்னொன்று, சித்தூர்.

சித்தூருக்குப் பதிலாக உதய்ப்பூர் இருந்தாலும், சித்தூரைப் போன்ற சபா மண்டபம் கட்டியிருந்தாலும் ராணாவின் மனத்திற்கு அது திருப்தி அளிக்கவில்லை.

காட்டில் குடும்பத்துடன் வசிக்கையில் ஒருமுறை எப்போது இந்தத் துயரம் நீங்கும் என்று கேட்ட பெண்களிடம் நாம் அக்பரை எதிர்க்கும்வரை இது தொடரத்தான் செய்யும் என்று அவர் மகன் அமர் சிங் சொன்னது ராணாவின் மனத்தை அரித்துக்கொண்டே இருந்தது. இன்னொருமுறை மரக்கிளைகள் அடர்ந்த பகுதியில் நடக்கும்போது, தோளில் உரசிய கிளையை முகச் சுளிப்புடன் அமர் சிங் விலக்கியது போன்றவை, அவர் சிரமங்களைத் தாங்கமாட்டாரோ என்று ராணாவைப் பதற வைத்தன.

மரணப் படுக்கையிலிருந்த ராணா மந்திரிகள், தளபதிகள், அமர்சிங் அனைவரையும் வரவழைத்தார். தான் இறந்தாலும் மொகலாயருக்கு எதிரான போராட்டத்தை நிறுத்தக் கூடாதென்றும், தன் மகன், அடுத்த பட்டத்துக்கு உரிய அமர் சிங் ஒருநாளும் மொகலாயருக்கு எதிரான ஆயுதங்களைக் கீழே போடக் கூடாதென்றும், மந்திரிகள், தளபதிகள் அதை உறுதிசெய்ய வேண்டுமென்றும் கேட்டுக்கொண்டார்.

அமர் சிங் சாகும் தறுவாயிலிருந்த ராணாவிடம் மேவாரின் கௌரவத்தையும் சுதந்திரத்தையும் ஒருநாளும் விட்டுக்கொடுக்க மாட்டேன் என்றும், மொகலாய ராஜ்யத்தின் பகுதியாக மேவார் மாறுவதை ஒருநாளும் அனுமதிக்க மாட்டெனென்றும் சத்தியம் செய்தார்.

அமர் சிங்கின் உணர்ச்சிகரமான கணீர் என்ற அந்த வார்த்தைகள் ராணாவின் காதில் அமுதமெனப் பாய, மனம் திருப்தியுற்ற ராணாவின் உயிர் அவர் உடலை விட்டுப் பறந்தது.

அது 1597 ஜனவரி 19. ராணா இறந்த செய்தி ராஜபுதனமெங்கும் பரவ, தொலைதூரத்தில் காபூலில் அரசவையில் இருந்த அக்பருக்கும் செய்தி சென்றது. செய்தி கேட்டுச் சபை ஸ்தம்பித்திருக்க, அரசவைக் கவிஞர்களில் ஒருவரான மார்வார் ராஜபுதனக் கவிஞர் எழுந்து, அப்போதே இயற்றிய பாடலைக் கணீரென்ற குரலில் பாடினார்.

> ‘ஓ பிரதாப்!
>
> உன் குதிரையில் ஒருநாளும் மொகலாய முத்திரையை நீ பதியவிடவில்லை.
>
> உன் தலைப்பாகை ஒருநாளும் தாளவில்லை.
>
> உன் புகழ் பாடும் பாடல்கள் அருகிலும் தூரத்திலும் கேட்டுக் கொண்டேதானிருந்தன.
>
> உன் ராஜ்ய நிர்வாகம் எப்போதும் உன் தோளிலே.
>
> அக்பரின் நவ்ரோஸாவுக்கு நீ வந்ததில்லை.
>
> அவரது கூடாரத்தையும் அணுகவில்லை.
>
> அவர் பால்கனியையும் நீ எட்டிப் பார்க்கவில்லை.
>
> உன் தைரியத்தைப் பார்த்து உலகமே ஆடியது.

ஓ பிரதாப்!

உன் மறைவைக் கேட்டு பாதுஷாவே நாக்கைக் கடித்துக்கொண்டார்.

கண்களில் ஈரம் படர மெதுவாக மூச்சுவிட்டார்.

கெலோட் ராணா! உண்மையில் நீ வென்றுவிட்டாய்.

பாதுஷா உன் மறைவைக் கேட்டு மகிழவில்லை,

அமைதியானார்.

கண்களில் நீர் வழிய,

சோகத்தில் தலையைக் கவிழ்ந்தார்.'

சொல்லி வைத்ததுபோல எழுந்து நின்ற சபை ஆர்ப்பரித்துப் புலவரைப் பாராட்டிவிட்டு, ஒருவேளை அக்பர் கோபப்படுவாரோ என்பதுபோல அவரைப் பார்க்க, பாடலைப் பாடியவரை அருகழைத்துத் தட்டிக்கொடுத்த அக்பர், அவருக்குப் பரிசும் அளித்தார். இதுவே ராணா பிரதாப்பின் இறுதி வெற்றி!

16

ராணா நாமா

இந்திய மன்னர்களிலேயே ராணா பிரதாப் ஓர் அபூர்வக் கலவை.

பிரதாப்புக்கு முன்னும் பின்னும் பெரும் புகழுடன் நிறைய மன்னர்கள் இருந்திருக்கிறார்கள். சேரன் செங்குட்டுவன், கரிகாலன், சந்திரகுப்த மௌரியர், அசோகர், ஹர்ஷர், நரசிம்ம பல்லவர், ராஜராஜ சோழன், ராஜேந்திர சோழன் என்று நீளும் அந்தப் பட்டியல்.

இவர்களுக்கும் ராணா பிரதாப்புக்கும் சில முக்கிய வித்தியாசங்கள் உண்டு. சமீப சரித்திரத்தில் சுபாஷ் சந்திர போஸ் வெள்ளைக்காரர்களுடன் போரிட்ட சமயம் நாடுகடந்த தேசிய அரசாங்கத்தை அமைத்தார். தலைநகரே இல்லாமல், நிலமே இல்லாமல் அவர் அமைத்த அந்த அரசாங்கம் பிரிட்டிஷ் சாம்ராஜ்யத்தை நடுங்க வைத்தது.

ராணா பிரதாப்பும் அப்படித்தான். தலைநகர் சித்தூரோ மொகலாயர் வசமிருக்க, மேவாரைச் சுற்றி அத்தனை ராஜபுதன நாடுகளும் அக்பருக்குப் பணிந்திருக்க, பிரதாப் என்ற மேவார் சிங்கம் மட்டும் அக்பரின் வலையில் சிக்கவே இல்லை. 'அக்பரை துருக் என்றுதான் அழைப்பேன். என் ராஜபுத்திர அன்னையிடம் குடித்த பாலின் பலத்தாலும், ஏகலிங்கனின் பெயராலும் துருக்கர்களை வெல்வேன்' என்று சூளுரைத்த ராணா கடைசிவரை போராடினார்.

சித்தூர் தவிர மொத்த மேவாரும் ராணாவின் கட்டுப்பாட்டில்தான் இருந்தது. அவரிடம்தான் மக்கள் வரி கட்டினார்கள். அரண்மனை இல்லாமல், தலைநகர் இல்லாமல் இருந்த ஓர் அரசரிடம் மக்கள் வரிகட்டிய அதிசயத்தை ராணா பிரதாப் நடத்திக் காட்டினார்.

ராஜபுத்திரர்களுக்கென்றே சில தனிப்பட்ட கலாசாரங்கள் உண்டு. போரில் சரணடைந்தவர்கள் மற்றும் தோற்றவர்களை ராஜபுத்திரர்கள் ஒருநாளும் திருப்பித் தாக்கமாட்டார்கள். போரில் பெண்கள், குழந்தைகள், வயோதிகர்களைத் தொடமாட்டார்கள்.

பெண்ணொருத்தி தன்னைக் காப்பாற்றச் சொல்லி, தான் அணிந்திருக்கும் ஆபரணம் ஒன்றை ஒரு ராஜபுத்திரனிடம் அனுப்ப, யாரென்றே தெரியாத, கண்ணால்கூட பார்த்திராத அந்தப் பெண்ணைக் காக்க உயிர்விட்ட ராஜபுத்திரனும் வரலாற்றில் உண்டு.

வாள், புரவி, மனைவி இந்த மூன்றையும் ராஜபுத்திரர்கள் உயிர் இருக்கும்வரை கைவிடமாட்டார்கள். ஆயுதம் இல்லாதவனிடம் போர்புரிய மாட்டார்கள். ராணா பிரதாப் எப்போதும் இரண்டு வாட்கள் வைத்திருப்பார். எதிரியிடம் போர்புரிய நேர்ந்தால் அவனிடம் ஆயுதம் இல்லாவிட்டால் அந்த இன்னொரு வாளை அவனிடம் கொடுத்துப் போர்புரிவது அவர்களது வழக்கம்.

எதிரி போர்புரிய ஓர் இடத்துக்கு வரச்சொல்லி அழைப்பு விடுத்தால், தட்டாமல் அந்த இடத்துக்கே சென்று போர்புரிவது ராஜபுத்திரர் வழக்கம். அப்படி பாபர் அழைத்த, முன்னேற்பாடு ஏதுமில்லாத இடமான கனுவாவுக்குச் சென்றதால்தான், துரோகமும் சேர்ந்துகொள்ள ராணா சங்கா பாபரிடம் தோற்க நேர்ந்தது.

ராணா பிரதாப்பும் நினைத்திருந்தால் ஹால்டிகாட் சமவெளிப் போரைத் தவிர்த்து, முன்னமே கணவாயில் மான் சிங்கின் படைகளைத் தாக்கி இருக்கலாம். ஆனால் அப்படிச் செய்யவில்லை அவர். மான் சிங் அழைத்தபடி ஹால்டிகாட்டிலேயே போரை நடத்தினார்.

ஆனால் அந்தப் போரில் ஏற்பட்ட சேதங்கள், அந்தப் போரிலே மொகலாயர்கள் காட்டிய தந்திரங்கள் போன்றவை ராணாவை விழிக்கவைத்தன.

ராஜபுதனத் தன்மை தலைதூக்க, போர் என்று வந்தால் வெற்றி அல்லது வீரமரணம் என்று அவருக்கு முந்தையவர்கள் போரிட்டு மரணமடையும் வழியை அந்தப் போருக்குப் பின் ராணா தேர்ந்தெடுக்கவில்லை.

தேவையானபோது பின்வாங்கி, அடுத்த முறை போரிட வாய்ப்புகளை அமைத்துக் கொண்டார் ராணா பிரதாப். அப்படி இந்தியாவுக்கு கெரில்லா யுத்தம் என்பதை அறிமுகப்படுத்தியவர் அவரே. பிற்காலத்தில் சத்ரபதி சிவாஜி இவரைப் பின்பற்றியே கெரில்லா முறையில் போரிட்டு ஔரங்கசீப்பைத் தோற்கடித்தார்.

உணர்ச்சிகளுக்கு அடிமையானவர்கள் ராஜபுத்திரர்கள். போரைத் திருமணமாக மதிக்கும் குணம் ராஜபுத்திரர்களுக்கு உண்டு. இப்படி ராஜபுத்திரர்களின் விசேஷ குணங்களுடன் ஓரளவு உணர்ச்சிகளைக் கட்டுப்படுத்தி விவேகத்துடன் தனது நடவடிக்கைகளை மேற்கொண்டு போராடினார் பிரதாப்.

வாழ்க்கையின் ஆரம்பத்திலிருந்தே அழுத்தம், அலட்சியம் ஆகியவற்றை எதிர்கொண்டு வாழ்க்கையை நடத்தினார் பிரதாப்.

பிரதாப் போர்க்களங்களில் வென்றிருந்தும், ஆயுதங்கள் கையாளுதல், குதிரை ஏற்றம், பரம்பரைச் சரித்திரம், இதிகாசங்கள் போன்றவற்றில் கரை கண்டவராக இருந்தும், அவரது தந்தை உதய் சிங்கின் அபிமானத்தைப் பெறவில்லை.

பட்டத்து ராணியான பிரதாப்பின் அன்னையைவிட, மற்றொரு மனைவியான தீர்பாயின் மேலிருந்த அபிமானம் அதற்குக் காரணமாக இருக்கலாம்.

இதன் காரணமாகப் பட்டத்து இளவரசன் வளரவேண்டிய அரண்மனையில் வளராமல், சில ஊழியர்களுடன் அருகாமையில் உள்ள சின்ன கிராமத்தில், சில சமயம் காட்டில் கடின வாழ்க்கை வாழ்ந்தார் பிரதாப்.

உதய் சிங் இறக்கும் முன் தனது அபிமானமான மனைவியின் மகன் ஜக் மல்லைத் தனக்குப் பின் அடுத்த ராணாவாக அறிவித்துவிட்டு மறைய, அதற்கு எதிராகப் புரட்சி, போராட்டம் என்று செய்யாமல் தன்னை வேண்டாத மேவாரைவிட்டு நீங்க முடிவு செய்தார் பிரதாப். பின்னர் நடந்த நிகழ்ச்சிகளால் சரித்திரம் மாறியது.

மொத்தத்தில் வாழ்க்கையின் முக்கியப் பகுதிகள் காட்டிலும், மீதி போர்க்களங்களிலும் கழிந்தன பிரதாப்புக்கு.

பிரதாப்பின் முன்னோர்களான ஸ்ரீ ராமன் காட்டிலே வாழ்ந்தது, குகா என்ற முன்னோர் காட்டிலே வளர்ந்தது, பாட்டன் ராணா சங்கா இளமைக் காலத்தில் அஞ்ஞாதவாசம் செய்தது, ராணா ஹமீர் கைல்வாராவில் வாழ்ந்ததையெல்லாம் இணைத்துப் பார்த்தது பிரதாப்பின் உள்ளம். இதனால் காட்டிலே வாழ்ந்ததைத் துன்பமாகப் பார்க்காமல் அதுவே தன் வாழ்க்கையின் தர்மம் என்று எண்ணினார் பிரதாப்.

மேவார் சிசோதய குல முன்னோர்களின் வரலாறு, இந்திய இதிகாசங்கள் போன்றவற்றைக் கற்றிருந்த பிரதாப், குலக் கௌரவம், தர்மம் இரண்டுக்கும் இழுக்கு நேரும்படி நடந்துகொண்டதே இல்லை. வாழ்க்கை முழுவதும் மேவாரின் கௌரவத்துக்காகவே வாழ்ந்தார்.

1. பிறந்ததிலிருந்து பட்டம் ஏற்கும்வரை தந்தையின் உதாசீனம்
2. பட்டமேறி ராணாவான பின் போர்த் தயாரிப்புகள்
3. போர்க்களங்கள்
4. கெரில்லா யுத்தம்
5. ஓரளவு அமைதி. ஆனால், எந்த நேரமும் சண்டை ஏற்படலாம் என்ற எதிர்பார்ப்புடன் தயார்நிலையில் இருத்தல்.

இந்த ஐந்து நிலைகள்தான் அவருடைய வாழ்க்கை முழுவதும் திகழ்ந்தன.

லட்சியப் புருஷன், கடமை வீரன் என்பதற்கெல்லாம் மேற்பட்டவர் ராணா பிரதாப். அவரது நாமம் இன்னொரு ஆயிரம் ஆண்டுகள் நிலைத்திருக்கும்.

காலவரிசை

1540 - பிரதாப் பிறந்தார்.

1562 - அக்பர் அம்பர் ராஜ்யத்துடன் திருமண உறவு மேற்கொண்டார்.

1567 - அக்பரின் படைகள் மண்டல்காரைக் கைப்பற்றின.

1567 – 1568 - அக்பர் சித்தூரை முற்றுகையிட்டார்.

1569 - பூண்டி வீழ்ந்தது.

1572 - உதய் சிங் மறைந்தார்.

1572 பிப்ரவரி *28* - ஹோலிப் பண்டிகை முழுநிலவில் பிரதாப் பட்டமேற்றார்.

1572 மார்ச் *3* - இரண்டாவது பட்டாபிஷேகம் கும்பல்கர்க்காவில் நடந்தது.

1573 - 75 - அக்பரின் தூதர்களான மான் சிங், ராஜா பகவந்த் தாஸ், ராஜா தோடர் மால் ஆகியோர் ராணாவைச் சந்திக்க வந்தனர்.

1573 - மான் சிங்கின் குஜராத் படையெடுப்பு.

1573 - அக்பரின் சமாதானச் சலுகையை ராணா நிராகரித்தார்.

1576 ஏப்ரல் *3* - மொகலாயப் படைகள் மேவாரை நோக்கி நகர்வு.

1576 ஜூன் 18/21 - ஹால்டிகாட் யுத்தம்.

1576 செப்டம்பர் - தளபதிகளை கோகுண்டாவிலிருந்து அக்பர் திரும்ப அழைத்தார்.

1576 அக்டோபர் 11 - அஜ்மீரிலிருந்து படைகளுடன் கோகுண்டா நோக்கி அக்பர் கிளம்பினார்.

1576 அக்டோபர் 19 - மார்வார் அரசர் சமாதான மறுப்பு.

1576 - அக்பரிடம் மேவார் புரட்சி ஒடுக்கப்பட்டதாக அறிவிப்பு.

1577 ஜூலை – மொகலாயப் படைகள் மறுபடியும் மேவாருக்கு அனுப்பப்பட்டன.

1578 - தொடர் யுத்தம்.

1578 - சபாஷ் கான் கும்பல்காரைக் கைப்பற்றினான்.

1578 மே -வெற்றி என்று அறிவித்து சபாஷ் கான் திரும்பினான்.

1580 ஜூன் 16 - பைராம் கானின் மகன் குடும்பம் அமர் சிங்கால் சிறைபிடிப்பு, பிருத்திவிராஜ் கவிதைச் சம்பவம்.

1583 அக்டோபர் 17 - ஜக் மல் போரில் கொல்லப்பட்டார்.

1584 டிசம்பர் 6 - ராஜா ஜெகநாத்தின் மேவார் படையெடுப்பு.

1587 - ராணாவைத் தொடராமல் ஜெகநாத் திரும்பினார். அவரை காஷ்மிருக்கு அனுப்பினார் அக்பர்.

1589 - ராணாவின் படைகள் சீரமைப்பு. அக்பர் காபூலுக்கு ஓட்டம்.

1597 ஜனவரி 19 - ராணா தனது 57-வது வயதில் மறைந்தார்.

References

1. Rajasthan A Concise History – Rima Hooja
2. Annals and Antiquities of rajasthan – James Tod
3. MahaRana Pratap - Sri Ram sharma
4. Maharana piratap - Rima Hooja
5. Websites and research papers
6. Who says Akbar was the Great – P.N.Oak
7. Some Blunders of Indian Historical Research – P.N.Oak

ரூபாய்
160

இந்தியாவின் பிரதமர் ஒருவர் வெளிநாட்டில் மர்மமான முறையில் மரணமடைகிறார். அவர் கொல்லப்பட்டார் என்ற பலமான சந்தேகம் எழுகிறது. ஆனால் இன்று வரை உண்மை என்ன என்பது வெளியாகவில்லை.

இந்தியா அல்லாமல் வேறொரு நாட்டின் பிரதமர் இப்படி வெளிநாட்டில் கொல்லப்பட்டிருந்தால் அந்த நாடு என்னவெல்லாம் செய்திருக்கும்? ஆனால் ஏன் அன்றைய இந்திய அரசு இது குறித்து அக்கறை எடுக்கவில்லை? இந்த அலட்சியத்துக்குப் பின்னால் இருப்பது என்ன? இது வெறும் அலட்சியம் மட்டும்தானா அல்லது வேறேதும் உள்நோக்கம் உண்டா? சாஸ்திரியின் கட்சியான காங்கிரஸின் மௌனத்துக்கு என்ன காரணம்?

ரூபாய் 290

இந்திய சுதந்திரப் போராட்டம் இரண்டு வழிகளை முதன்மையாகக் கொண்டிருந்தது. ஒன்று, அமைதி வழியிலான அஹிம்சைப் போராட்டம். இன்னொன்று, ஆயுதப் போராட்டம்.

சரியாகச் சொல்லவேண்டுமென்றால், பிரிட்டிஷ் அரசு இந்தியாவுக்குச் சுதந்திரம் அளிக்க முடிவெடுக்க முக்கியக் காரணங்களுள் ஒன்று, இந்தியாவில் தீவிரமாகிக் கொண்டிருந்த ஆயுதப் போராட்டமும்தான் எனலாம். ஆனால் அஹிம்சைப் போராட்டம் இங்கு பேசப்பட்ட அளவுக்கு ஆயுதப் போராட்டம் பேசப்படவில்லை. காந்திஜியின் மக்கள் செல்வாக்கும், அரசியல்ரீதியான வெற்றியும் இதற்குக் காரணம் என்றாலும், அவை மட்டுமே காரணம் அல்ல.

ரூபாய்
340

1947 ஆகஸ்ட் 14, 15. முறையே பாகிஸ்தானுக்கும் இந்தியாவுக்கும் சுதந்திரம் கிடைத்த நாள்கள். இந்தியாவின் சுதந்திரம், பல நூறு ஆண்டுகளாக ஆங்கிலேய ஆதிக்கத்தை எதிர்த்துப் போராடிய பலரது தியாகத்தால் கிடைத்தது. ஆனால் பாகிஸ்தானின் சுதந்திரம், இந்தியப் பிரிவினை என்ற பெயரில் லட்சக்கணக்கான நம் சொந்த மக்களின் உயிர்ப்பலிகளின் மேல் கட்டி எழுப்பப்பட்டது.

எதற்காக இந்தப் பிரிவினை? இதனால் மக்களுக்கு ஏதேனும் நன்மை ஏற்பட்டதா? இது அரசியல் தீர்வா அல்லது மக்களையும் மதத்தையும் பகடைக்காய்களாக வைத்து நடத்தப்பட்ட விளையாட்டா? இந்தப் பிரிவினையை காந்திஜியும் மற்ற தலைவர்களும் எப்படி எதிர்கொண்டார்கள்? ஜின்னாவின் நோக்கம் என்ன?

சுவாசம் சந்தா திட்டம்
Swasam Subscription Scheme

SSS

தினந்தோறும் புத்தகத் திருவிழா

20%*
தள்ளுபடி

- இத்திட்டத்தில் சேர நுழைவுக் கட்டணம் ரூ. 299. இரண்டு ஆண்டுகளுக்கு ஒருமுறை நீங்கள் இந்தச் சந்தாவைப் புதுப்பிக்கவேண்டும். (இரண்டு ஆண்டுகள் முடிந்ததும் இந்த 299 ரூபாய் மதிப்பிற்கும் நீங்கள் புத்தகம் வாங்கிக் கொள்ளலாம்.)
- நீங்கள் சந்தாதாரர் ஆனதும் உங்களுக்கு அடையாள அட்டை வழங்கப்படும். இந்த அடையாள அட்டையைப் பயன்படுத்தி நீங்கள் எங்களிடம் தள்ளுபடியுடன் புத்தகம் வாங்கலாம்.
- 500 ரூபாய் வரை புத்தகம் வாங்கினால் 15% தள்ளுபடி. 500 ரூபாய்க்கு மேல் புத்தகம் வாங்கினால் 20% தள்ளுபடி.
- சுவாசம் பதிப்பகம் மட்டுமின்றி வேறு எந்தப் பதிப்பகத்தின் புத்தகத்தை வாங்கினாலும் இந்தத் தள்ளுபடி உங்களுக்குக் கிடைக்கும். (பள்ளிப் பாடப் புத்தகங்களையும் கைடுகளையும் இத்திட்டத்தின் கீழ் வாங்க முடியாது.)
- 500 ரூபாய்க்கு மேல் வாங்கினால், இந்தியன் போஸ்டல் சர்வீஸ் மூலம் இந்தியா முழுமைக்கும் இலவசமாக உங்களுக்குப் புத்தகம் அனுப்பி வைக்கப்படும். கொரியர் மூலம் புத்தகத்தைப் பெற வேண்டுமென்றால் நீங்கள் கொரியருக்கான பணத்தைத் தரவேண்டும்.
- சுவாசம் நேரடியாகப் பங்கேற்கும் புத்தகக் கண்காட்சிகளிலும், சுவாசத்தின் நேரடிப் புத்தகக் கடைகளிலும் இச்சலுகையை நீங்கள் பயன்படுத்திக் கொள்ளலாம்.
- எங்களிடம் கிடைக்கும் ஆங்கிலப் புத்தகங்களுக்கும் இத்திட்டம் பொருந்தும்.
- எங்களிடம் கிடைக்கும் புத்தகங்களை எங்கள் வலைத்தளம் www.SwasamBookart.comல் பார்க்கலாம். இதில் பட்டியலிடப்பட்டிருக்கும் அனைத்துப் புத்தகங்களும் ஸ்டாக்கில் இருக்கும் என்று சொல்ல முடியாது. இப்புத்தகங்கள் பதிப்பாளரிடம் ஸ்டாக்கில் இருக்குமானால் நாங்கள் நிச்சயம் உங்களுக்கு வாங்கித் தருவோம்.

மேலதிக விவரங்களுக்கு 81480 66645